மிட்டாய்க் கதைகள்

மிட்டாய்க் கதைகள்

கலீல் கிப்ரன்

தமிழில் : என். சொக்கன்

ZDP
SPECIFICS

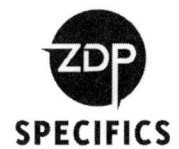

Title: Mittay Kathaigal
Author's Name: N Chokkan
Copyright © N Chokkan2022
Published by ZDP Specifics

All rights reserved. No part of this publication may be reproduced, stored in a retrieval system, or transmitted, in any form or by any means, electronic, mechanical, photocopying, recording, psychic, or otherwise, without the prior permission of the publishers.

(An imprint of Zero Degree Publishing)
No. 55(7), R Block, 6th Avenue,
Anna Nagar,
Chennai - 600 040

Website: www.zerodegreepublishing.com
E Mail id: zerodegreepublishing@gmail.com
Phone: 89250 61999

ZDP Specifics First Edition: November 2022
ISBN: 978-93-93882-14-1
TITLE NO ZDPS: 29

Rs. **110/-**

Cover Design & Layout: Vijayan, Creative Studio
Printed at Manipal Technologies, India

பொருளடக்கம்

01 பால் வெள்ளைக் காகிதம் 7
02 முத்து 8
03 அறிவாளியும், கவிஞனும் 9
04 அரசன் 12
05 உடைகள் 15
06 மதுவிலக்கு 17
07 நீச்சல் 19
08 மதிப்பீடுகள் 21
09 இரண்டு நீரோடைகள் 23
10 கழுகும், குயிலும் 25
11 ஞானம் 27
12 மொழி 29
13 திருவிழா 31
14 சிற்பம் 33
15 நீதி 35
16 மூன்று பரிசுகள் 37
17 கைதிகள் 40
18 நிழலும், நிஜமும். 41
19 மனம் வருந்திய திருடன் 42
20 பைத்தியங்கள் 43
21 கண் 45
22 போரும், சிறு நாடுகளும் 46
23 துறவி 48

24 வாரிசு	50
25 நடனப் பெண்	52
26 ஒரு பைத்தியக்காரன்	54
27 பெரிதிற்கும், சிறிதிற்கும் நடுவே	56
28 பைத்தியக்கார வீடு	58
29 விசிறிகள்	60
30 சாபம்	64
31 கடவுளைக் கண்டுபிடிப்பது எப்படி ?	65
32 கடவுள்	67
33 நேசத் தொற்று	69
34 அவரவர் மழை	71
35 நிழல்	72
36 இரண்டு துறவிகள்	73
37 ஒரு காதல் கவிதை	75
38 தேடல்	77
39 மனசாட்சி	79
40 கவிஞர்கள்	81
41 தவளைகள்	83
42 தூக்கத்தில் நடக்கிறவர்கள்	86
43 பாலத்தைக் கட்டியது யார் ?	88
44 கடவுள்கள்	90

01
பால் வெள்ளைக் காகிதம்

காலைப் பனிபோல் தூய்மையாய் இருந்த ஒரு வெள்ளைக் காகிதம், 'நான் ரொம்ப சுத்தமானவளாக்கும்', என்று அலட்டிக்கொண்டது, 'நான் பிறக்கும்போதே தூய்மையாய்ப் பிறந்தேன், காலம்முழுதும், நான் இவ்வாறே தூய்மையாய் இருப்பேன்! என்னை எரித்துச் சாம்பலாக்கினாலும் பரவாயில்லை, பொறுத்துக்கொள்வேன், ஆனால் கருமையின் இருள் கைகள் என்னைத் தொட அனுமதிக்கமாட்டேன், தூய்மையற்றவர்கள் யாரும் என் பக்கத்தில்கூட வரமுடியாது!'

இந்தப் பேச்சைக் கேட்ட மைப் புட்டி, குலுங்கிக் குலுங்கிச் சிரித்தது! அந்தக் காகிதத்தின் பக்கத்திலேயே செல்வதில்லை என்று முடிவுகட்டிக்கொண்டது!

பல வண்ண பென்சில்களும் இதைக் கேட்டன, அவையும், அந்தக் காகிதத்தை நெருங்கவில்லை.

ஆகவே, அந்தப் பால் வெள்ளைக் காகிதம், அதன் ஆசைப்படி, என்றென்றும் தூய்மையோடும், கற்போடும் வாழ்ந்தது.

வெறுமையாகவும்!

02
முத்து

ஒரு சிப்பி, இன்னொரு சிப்பியிடம் சொன்னது, 'ஐயோ, என்னால் வலி தாங்கமுடியவில்லையே!'

'ஏன்? என்னாச்சு?', என்று விசாரித்தது இரண்டாவது சிப்பி.

'எனக்குள் ஏதோ ஒரு கனமான உருண்டைப் பந்து உருள்வதுபோல இருக்கிறது. ரொம்ப வலி!'

இதைக் கேட்டதும், இரண்டாவது சிப்பிக்கு பயங்கர சந்தோஷம். பெருமையுடன் நெஞ்சு நிமிர்த்தி, 'ஆஹா! கடவுளுக்கு நன்றி, எனக்கு அப்படி எந்த வலியையும் அவர் கொடுக்கவில்லை' என்றது உற்சாகமாய், 'நான் எந்த வலியும் இல்லாமல், நலமாய் இருக்கிறேன்!'

இவர்கள் பேசுவதைக் கேட்டுக்கொண்டிருந்த ஒரு நண்டு, இரண்டாவது சிப்பியிடம் சொன்னது, 'உனக்கு எந்த வலியும் இல்லை என்பது உண்மையாக இருக்கலாம். வலியைத் தாங்க விரும்பாத நீ, எப்போதும் இப்படியே வெறுமையாய்க் கிடக்கவேண்டியதுதான்! ஆனால், இப்போது உன் நண்பனைச் சிரமப்படுத்தும் அந்த வலி, இன்னும் சில நாள்களில், ஒரு அழகான முத்தாக உருவெடுக்கும்! அவனுக்குப் பெருமை தேடித்தரும்!'

03

அறிவாளியும், கவிஞனும்

ஒரு பாம்பு, சும்மா உட்கார்ந்திருந்த ஒரு குயிலிடம் சொன்னது, 'குயிலே, உன்னால் பறக்கமுடியும், ஆனால், பூமியின் ரகசிய சூட்சுமங்கள் உனக்குத் தெரியாது!'

இதைக் கேட்ட குயில் அமைதியாய்ச் சொன்னது, 'நண்பா, உனக்கு இத்தனை விஷயங்கள் தெரிந்திருப்பது எனக்கு சந்தோஷம்தான், அறிவாளிகளில் பெரிய அறிவாளியாக இருக்கிறாய் நீ! ஆனால், பாவம், உன்னால் பறக்கமுடியாதே!'

குயில் சொன்னதைக் கேட்காததுபோல் தொடர்ந்து பேசியது பாம்பு, 'பூமியின் அடியாழத்தில் பல ரகசியங்கள் ஒளிந்திருக்கின்றன, இறைவனால் மறைத்துவைக்கப்பட்டிருக்கும் அந்த ராஜாங்கத்தை உன்னால் பார்க்கமுடியாது, அந்தப் புதையலைத் தொட்டு உணரமுடியாது!'

இப்போதும், குயிலின் முகத்தில் எந்தச் சலனமும் காணப்படாததால், பாம்புக்கு ஏமாற்றமாய் இருந்தது, ஆகவே, அது இன்னும் பேசியது, 'நேற்றுதான், நான் ஒரு அபூர்வமான குகையைக் கண்டுபிடித்தேன், நன்கு பழுத்த மாதுளம்பழத்தின் உள்ளே புகுந்துகொண்டாற்போல், அந்தக் குகையின் சுவர்களிலெல்லாம், சின்னதும், பெரியதுமாய், விலைமதிப்பில்லாத மாணிக்கக் கற்கள், அவற்றின்மேல் ஒரு மிகச் சிறிய ஒளிக்கீற்று பட்டுவிட்டாலும், தீப்பிடித்துக்கொண்ட

மிட்டாய்க் கதைகள்

ரோஜாவைப்போல், அவை ஒளிர்கின்றன!', என்றது அந்தப் பாம்பு. 'என்னைத்தவிர, இதுபோன்ற அதிசயங்களை வேறு யாரால் அனுபவிக்கமுடியும்?'

'நண்பா, நாள்தோறும், பொக்கிஷங்களிலும், புதையல்களிலும் படுத்துத் தூங்குகிறவன் நீ, ஆனால், பாவம், உன்னால் பாடமுடியாதே!' என்றது குயில்.

வழக்கம்போல், குயிலின் பேச்சை பாம்பு கண்டுகொள்ளவில்லை, அதன்பாட்டுக்குத் தொடர்ந்து பேசிக்கொண்டிருந்தது, 'குயிலே, நான் ஒரு அதிசயச் செடியைக் கண்டுபிடித்திருக்கிறேன், பூமியின் உள்சுவர்கள்வரை, அதன் வேர் பற்றிப் படர்கிறது, அதைக் கடித்துத் தின்பவர்கள், தேவலோக அழகி அப்ஸரஸைவிட அழகாகிவிடுவார்கள்!'

'ஆஹா, பூமியின் அற்புதங்களையெல்லாம் இப்படிக் கண்டறிவதற்கு உன்னைவிட்டால் வேறு யார் உண்டு?', என்று உற்சாகமாய்ச் சொன்னது குயில், 'ஆனால் பாவம், உன்னால் பறக்கமுடியாதே!'

'அந்த மலைக்குக் கீழே, ஒரு நீரூற்று இருக்கிறது, அதன் தண்ணீரைக் குடித்தால், வானுலக தேவர்களைப்போல, சாவே இல்லாதவர்களாகிவிடலாம் நாம்!' என்றது பாம்பு, 'உன்னைப்போன்ற பறவைகளோ, வேறு மிருகங்களோ, அந்த நீரூற்றைக் கனவில்தான் பார்க்கமுடியும்!'

'ஆமாம் நண்பா, நீ கடவுளைப்போல, என்றென்றும் வாழப்போகிறவன், உனக்குச் சாவே கிடையாது', என குயில் ஒப்புக்கொண்டது, 'ஆனால் பாவம், உன்னால் பாடமுடியாதே!'

'அங்கே ஒரு புதைந்த கோயில் உண்டு, ஒவ்வொரு பவுர்ணமியன்றும், நான் அந்தக் கோவிலுக்குச் செல்வேன், அந்தக் கோயிலின் சுவர்களில், வாழ்க்கைபற்றிய நிஜமான தத்துவங்கள் எல்லாம் எழுதிவைக்கப்பட்டிருக்கின்றன. காலத்தைப்பற்றியும், அண்டவெளியைப் பற்றியுமான எல்லாச் செய்திகளையும் அங்கே படித்து அறியலாம் - அதைப்

படித்தவர்கள், இந்த பூமியில் எல்லோரையும்விட அதிக ஞானமுள்ளவர்களாவார்கள்!'

'அப்படியானால் நீதான் உலகின் மிகச் சிறந்த அறிவாளி!', என்றது குயில், 'ஆனால் பாவம், உன்னால் பறக்கமுடியாதே !'

குயிலின் அலட்டிக்கொள்ளாத இந்தப் பேச்சும், பொறுமையும், பாம்பிற்குப் பெரிய எரிச்சலை உண்டாக்கிவிட்டது, 'அறிவில்லாத பறவை!', என்று சத்தமாய்க் கத்தினபடி, அது கோபமாய் தன் புற்றுக்குள் திரும்பிக்கொண்டது.

உடனே, குயிலும் அங்கிருந்து பறந்து சென்றது, 'பாவம், அந்த புத்திசாலிப் பாம்பால் பறக்கமுடியாது, பாவம், அந்த அறிவாளிப் பாம்பால் பாடமுடியாது!' என்று பாடியபடி!

04
அரசன்

அந்த தேசத்தின் மக்கள் அனைவரும், அரசனின் மாளிகைமுன் கூடினார்கள், 'இந்த ராஜா மோசமானவன், இந்தக் கொடுங்கோலன் எங்களுக்கு வேண்டாம்' என்று கூச்சலிட்டு, புரட்சி செய்தார்கள்.

இதைக் கேட்ட அரசன், படிகளில் இறங்கிவந்தான், அவனுடைய ஒரு கையில் மகுடமும், மறு கையில் செங்கோலும் இருந்தது.

கம்பீரமான தோற்றத்துடன் நடந்துவரும் அரசனைப் பார்த்ததும், கூட்டம் மௌனமாகிவிட்டது. அவர்களின்முன்னே வந்து நின்ற அரசன் சொன்னான், 'என் நண்பர்களே, இன்றுமுதல் நான் உங்கள் அரசன் இல்லை, நீங்களும் என் பிரஜைகள் இல்லை, அதற்குச் சாட்சியாக, இதோ, என் மகுடத்தையும், செங்கோலையும் ஏற்றுக்கொள்ளுங்கள்', என்றபடி அவற்றை முன்னே வைத்தான் அரசன், 'இப்போதிலிருந்து, நானும் உங்களில் ஒருவன். என்னையும் வயலுக்கு அழைத்துச்செல்லுங்கள், உங்களோடு நானும் உழைக்கிறேன். அதில் கிடைப்பதை வைத்துச் சாப்பிடுகிறேன்!'

அரசனுக்கு எதிராக ஆர்ப்பாட்டம் செய்ய வந்த கூட்டம், இப்போது அவன் தங்களில் ஒருவனாக மாறிவிட்ட திருப்பத்தை, திகைப்புடன் பார்த்தது, 'அப்படியென்றால் யார் இந்த நாட்டுக்கு ராஜா?' என்று கேட்டது.

'நீங்கள் ஒவ்வொருவரும்தான் இந்த நாட்டின் மன்னர்கள்', என்றான் (முன்னாள்) அரசன்.

அத்துடன் அந்தக் கூட்டம் கலைந்தது. அங்கிருந்த ஒரு உழவனுடன், அவனுடைய வயலுக்குச் சென்று, உழைக்கத்தொடங்கினான் பழைய அரசன்.

ஆனால், அதன்பின், அரசன் இல்லாத அந்த நாடு, பலவிதமான சிரமங்களைச் சந்திக்க நேர்ந்தது. சீக்கிரத்திலேயே, தங்களைக் கட்டிக்காக்க ஒரு ராஜாங்கம் தேவை என்று புரிந்துகொண்டார்கள் மக்கள்.

ஆகவே, அவர்கள் ஒன்றாய்க் கூடி, வயலில் உழுதுகொண்டிருந்த பழைய அரசனிடம் சென்று, 'எங்களை மன்னித்து, ஆட்சிப் பொறுப்பை மீண்டும் ஏற்றுக்கொள்ளுங்கள்' என்று வேண்டிக்கொண்டார்கள், 'பலத்துடனும், நீதியுடனும் நீங்கள்தான் இந்த நாட்டை ஆளவேண்டும்!'

அரசன் அவர்களின் கோரிக்கையை ஏற்றுக்கொண்டான், 'பலம் என்னிடம் உள்ளது, நீதியை இறைவன் எனக்குத் தருவானாக' என்று ஆண்டவனிடம் பிரார்த்தித்துக்கொண்டு, மீண்டும் ஆட்சிக்கு வந்தான்.

இப்போது, இந்தப் புதிய அரசனை, மக்கள் தங்களில் ஒருவனாகவே பார்த்தார்கள். ஆகவே, தங்களுடைய கஷ்டங்களை, அவனிடம் வெளிப்படையாய்ச் சொன்னார்கள், அவனும், அவர்களுடைய பிரச்சனைகளைச் சரியானமுறையில் தீர்த்துவைத்தான். மெல்லமெல்ல, நாட்டில் அவலங்கள் குறைந்து, அநியாயம் செய்பவர்கள் வெளியேற்றப்பட்டு, நீதி நிலைபெற்றது!

மிட்டாய்க் கதைகள்

சில மாதங்களுக்குப்பின், மீண்டும் ஒருநாள், அந்த தேசத்தின் மக்கள் அனைவரும், அரசனின் மாளிகைமுன் கூடினார்கள். அதைப் பார்த்ததும், ஒரு கையில் மகுடமும், மறு கையில் செங்கோலுமாய், அரசன் இறங்கிவந்தான்.

'மக்களே, இப்போது என்ன பிரச்சனை? நீங்கள் என்னைக் கேட்டுக்கொண்டபடி, நான் என் கடமையை ஒழுங்காகக் செய்யத் தவறிவிட்டேனா?' என்று கேட்டான் அரசன்.

'இல்லை, இல்லை, நீங்கள்தான் எங்களுக்கு ஏற்ற அரசர்', என்று மகிழ்ச்சியுடன் கதறியது கூட்டம், 'உங்களைப்போல் ஒரு நீதிமானை எங்கேயும் பார்க்கமுடியாது, நிலத்தைச் சீர்படுத்தி, எங்களைச் சுரண்டித் தின்ற அயோக்கியர்களைத் துரத்தியடித்து, நாட்டை சுபிட்சமடையச் செய்துவிட்டீர்கள். ஈடு இணையற்ற அதிசய அரசர் நீங்கள்!'

அரசன் சிரித்துச் சொன்னான், 'நான் இல்லை, நீங்கள்தான் உண்மையான அரசர்கள்!'

கூட்டம் புரியாமல் விழித்தது. அரசன் தொடர்ந்து சொன்னான், 'நீங்கள் என்னை மோசமான, பலவீனமான அரசன் என்று நினைத்தபோது, நீங்களும் பலவீனமாக, பஞ்சத்தில் இருந்தீர்கள். இப்போது, நாட்டில் செல்வம் கொழிக்கிறது. ஆகவே, உங்கள் கண்ணுக்கு, நான் நல்ல அரசனாய்த் தெரிகிறேன் ! உண்மையில், அரசாங்கம் என்பது ஒரு பாவனை அமைப்புமட்டுமே. மக்கள்தான் நிஜமான அரசர்கள்!' இப்படிச் சொல்லிவிட்டு, அந்த அரசன் தன் மாளிகைக்குத் திரும்பினான்.

அப்போது, அங்கு கூடியிருந்த ஒவ்வொருவரும், ஒரு கையில் மகுடம், மறு கையில் செங்கோல் கொண்ட அரசர்களாக, தங்களை உணர்ந்தார்கள்!

05

உடைகள்

முன்பொருநாள், அழகும், அவலட்சணமும் ஒரு கடற்கரையில் சந்தித்துக்கொண்டன.

'நாம் சேர்ந்து குளிப்போமா?', என்று அழகு கேட்க, அவலட்சணம் ஒப்புக்கொண்டது. இரண்டும், உடைகளைக் களைந்துவிட்டு, கடலில் ஆனந்தமாய் நீந்திக் குளித்தன.

சிறிது நேரம் கழித்து, குளித்தது போதும் என்று அவலட்சணம் கரையேறியது. அங்கிருந்த அழகின் உடைகளை அணிந்துகொண்டு, தன் வழியே சென்றுவிட்டது!

பின்னர், குளித்துத் திரும்பிய அழகு, தன் உடைகளைக் காணாமல் தவித்துப்போனது. ஆடையில்லாமல் தெருவில் செல்வதற்கு அதற்குக் கூச்சமாய் இருந்தது. ஆகவே, வேறுவழியில்லாமல், அவலட்சணத்தின் உடைகளை அணிந்துகொண்டு சென்றது.

அன்றுமுதல், இன்றுவரை, உலகத்தார் பலரும், ஆடையைவைத்து,

அழகையும், அவலட்சணத்தையும், தவறாக முடிவுசெய்து கொண்டிருக்கிறார்கள்!

சிலர், நிஜமான அழகை அடைந்தவர்கள், அதன் அசிங்கமான ஆடையைப் பார்த்து முகம் சுளித்து, அதை ஒதுக்கிவிடுகிறார்கள். வேறு சிலர், அழகின் ஆடைகளில் மயங்கி, அவலட்சணத்தைக் கொண்டாடிக்கொண்டிருக்கிறார்கள்!

06
மதுவிலக்கு

அந்த நகரத்தைச் சேர்ந்த பெரியவர்கள் எல்லோரும் கூடிப் பேசி, 'நம் ஊரைக் கெடுப்பது, அந்தப் பாழாய்ப்போன குடிப்பழக்கம்-தான்', என்று முடிவு செய்தார்கள், 'நாம் உடனடியாக அரசனைப் பார்த்து, நம் ஊரில் மதுவிலக்கை அமல் செய்யவேண்டும் என்று வற்புறுத்துவோம்!' என்று அவர்களில் ஒருவர் சொல்ல, மற்றவர்கள் ஏகமனதாக ஏற்றுக்கொண்டார்கள்.

அதன்படி, அவர்கள் அரண்மனைக்குச் சென்று அரசனைப் பார்த்தார்கள். அவன் இவர்களுடைய கோரிக்கையைப் பொறுமையாய்க் கேட்டுவிட்டு, வாய்விட்டுச் சிரித்தான், பின்னர் விறுவிறுவென்று அங்கிருந்து சென்றுவிட்டான்.

கூட்டத்திலிருந்த பெரியவர்கள், தங்கள் எண்ணம் நிறைவேறாத ஏமாற்றத்துடன் அரண்மனையிலிருந்து வெளியேறினார்கள்.

வழியில், அரசனின் மந்திரி ஒருவர் அவர்களைச் சந்தித்தார், 'என்னாச்சு? ஏன் எல்லோருடைய முகமும் சோகமாய்த்

தொங்கிப்போயிருக்கிறது?', என்று விசாரித்தார் அவர்.

அவர்கள் விஷயத்தைச் சொன்னார்கள், மந்திரி பரிதாபமாய் உச்சுக்கொட்டினார், 'அப்பாவி ஜனங்களே, எதை எந்த நேரத்தில் சொல்லவேண்டும் என்று உங்களுக்குத் தெரியாமல்போய்விட்டதே!'

'என்ன சொல்கிறீர்கள் மந்திரியாரே?'

'இதுமாதிரி விஷயங்களையெல்லாம், மன்னன் தெளிவாக இருக்கும்போதா சொல்வது? அவர் தண்ணியடித்துவிட்டு போதையில் இருக்கும்போது அவரிடம் இதைப்பற்றிப் பேசியிருந்தால், சட்டென்று மதுவிலக்கிற்கு ஒப்புக்கொண்டு கையெழுத்துப்போட்டிருப்பார்!' என்றார் மதிமந்திரி.

07

நீச்சல்

புதிதாக அறிமுகமான இரண்டு வழிப்போக்கர்கள், பேசிக்கொண்டே நடந்தார்கள். அப்போது அவர்களின் பயணத்தில், ஒரு நதி குறுக்கிட்டது.

அந்த நதியின்மேல் எந்தப் பாலமும் இல்லை. ஆகவே, அவர்கள் நதியை நீந்திதான் கடந்தாகவேண்டும்.

அந்த இருவரில், ஒருவனுக்கு நன்றாக நீச்சல் தெரியும். மற்றவன் இந்த விஷயத்தில் அரைகுறை, ஏதோ தத்தக்கா பித்தக்கா என்று கையைக் காலை உதைத்து நீந்துவான் - ஆனால், ஆற்றைக் கடக்கும் அளவு அவனுக்குத் திறமை போதாது!

என்றாலும், அவர்களுக்கு வேறு வழியில்லை. நதியும் குறுகலானதுதான். ஆகவே, அவர்கள் தைரியமாய் நதியில் குதித்து, நீந்தலானார்கள்.

சில நிமிடங்களுக்குப்பின், நன்றாக நீச்சல் தெரிந்தவன்,

பல ஆறுகள், கடல்களில் நீந்திப் பழகியவன் ஒரு சுழலில் சிக்கித் திணறினான். ஆனால், அனுபவமில்லாத மற்றவன், விறுவிறுவென்று மறுகரையை அடைந்துவிட்டான்.

தன் தோழன் உயிருக்குப் போராடிக்கொண்டிருப்பதைப் பார்த்ததும், அவன் மீண்டும் தண்ணீரில் குதித்து, நீந்தி, அவனைக் காப்பாற்றி, கரையில் இழுத்துப் போட்டான்.

மெல்லமாய்த் தன்னை ஆசுவாசப்படுத்திக்கொண்ட முதலாமவன், தன் உயிரைக் காப்பாற்றியவனுக்கு நன்றி சொன்னான், 'உனக்குதான் சரியாக நீச்சல் தெரியாது என்று சொன்னாயே, அப்புறம் எப்படி நீ எந்தச் சிரமமும் இல்லாமல் தைரியமாய் நதியைக் கடந்தாய்?', என்று கேட்டான்.

இரண்டாவது மனிதன், தன் இடுப்பிலிருந்த மூட்டையைத் தொட்டுக் காண்பித்தான், 'இந்தப் பையில், நான் உழைத்து சம்பாதித்த தங்கக் காசுகள் இருக்கின்றன. என் மனைவிக்காகவும், குழந்தைகளுக்காகவும் ஒரு வருடமாய்ப் போராடிச் சேர்த்த சேமிப்பு இது! இதன் கனம்தான், என்னை நதியைக் கடந்து அழைத்துச் சென்றது', என்றான் அவன், 'நான் நீந்துகையில், என் மனைவியும், குழந்தைகளும் என் தோள்மேல் அமர்ந்தவாறு, எனக்கு வழிகாட்டினார்கள்!'

08

மதிப்பீடுகள்

பூமியைத் தோண்டிய ஒரு மனிதன், அழகான பளிங்குச் சிற்பமொன்றைக் கண்டுபிடித்தான்.

அந்தச் சிலையை, ஒரு பழம்பொருள் சேகரிப்பாளனிடம் கொண்டுசென்றான் அந்த விவசாயி, அவன் நிறைய பணம் கொடுத்து அதை வாங்கிக்கொண்டான்.

வீடு செல்லும் வழியில், அந்த விவசாயி தனக்குள் ஆச்சரியத்தோடு நினைத்துக்கொண்டான், 'இந்த ஆள் சரியான முட்டாளாக இருப்பான்போலிருக்கிறதே! இத்தனை ஆண்டுகளாய் பூமிக்குள் செத்துக்கிடந்த ஒரு அற்பமான சிலைக்கு, யாராவது இத்தனை பணத்தை அள்ளிக்கொடுப்பார்களோ! இந்தாளுக்குப் பணத்தின் மதிப்பே தெரியவில்லை!'

அங்கே, பழம்பொருள் சேகரிப்பாளன், தனது புதிய சொத்தான அந்தச் சிலையைப் பார்த்தபடி, தனக்குள் ஆச்சரியத்தோடு நினைத்துக்கொண்டான், 'ஆஹா, எத்தனை அழகான,

ஜீவனுள்ள சிற்பம், ஒரு உன்னதமான ஆத்மாவின் கனவு, அற்புதமான சிலையாய் உருவாகியிருக்கிறது, ஆயிரக்கணக்கான ஆண்டுகள் மதிப்புள்ள இந்தச் சிற்பத்தை, கேவலம் பணத்துக்காக யாரேனும் விற்பார்களோ? அந்த விவசாயிக்குக் கலையின் மதிப்பே தெரியவில்லை!'

09

இரண்டு நீரோடைகள்

ஒரு ஆறு, கடலில் கலப்பதற்காக ஓடிக்கொண்டிருந்தது. அப்போது அதிலிருந்த இரண்டு நீரோடைகள் தமக்குள் பேசிக்கொண்டன.

முதல் ஓடை சொன்னது, 'நண்பா, நீ எப்படி இருக்கிறாய்? பயணமெல்லாம் சவுகர்யமாக இருந்ததா?'

'அதை ஏன் கேட்கிறாய்!', இரண்டாம் நீரோடை சலித்துக்கொண்டது, 'நான் வந்த வழி மகா மோசம், என்னை ஒழுங்காக திசை திருப்பிவிடும் விவசாயி, இந்த வருடம் இறந்துவிட்டார், ஆகவே, என்னை வழிநடத்துபவர் இல்லாமல், கண்ட பாதைகளில், சோம்பேறி மனிதர்களைக் கடந்துவந்தேன்', என்றது அது, 'போகட்டும், உன் பயணம் எப்படி இருந்தது? நீயாவது சந்தோஷமாக வந்தாயா?'

'ஆஹா, என் பயணம் மிக இனிமையாய் இருந்தது' என்றது முதல் நீரோடை, 'மலைப் பாதையில், மணமிக்க

மிட்டாய்க் கதைகள்

மலர்களையும், மரங்களையும் கடந்துவந்தேன் நான், அழகிய பெண்களும், ஆண்களும் என் நீரை அள்ளிக் குடித்தார்கள், சிறு குழந்தைகள் தங்களின் ரோஜாப் பாதங்கள் என்மேல் படும்படி விளையாடினார்கள், நான் வந்த பாதையெங்கும் ஒரே சிரிப்பு, ஆனந்தம், உற்சாகம்!'

இவர்கள் பேசுவதைக் கேட்டுக்கொண்டிருந்த ஆறு, அதட்டலாய் சப்தம் கொடுத்தது, 'என்ன சலசலப்பு அங்கே? எல்லோரும் பேசாமல் என்னோடு வாருங்கள்' என்று அழைத்தது அது, 'நாம் இப்போது பெரும் கடலில் கலக்கப்போகிறோம். இனிமேல் நீங்கள் எதுவும் பேசவேண்டியதில்லை, என்னோடு வந்தாலே போதும், கடலினுள் கலக்கும்போது, நம்முடைய பயண அனுபவங்களோ, சந்தோஷங்களோ, சோகங்களோ, சலிப்புகளோ எதுவும் ஞாபகமிருக்கப்போவதில்லை. நம் கடலன்னையின் இதயத்தை அடைந்தபின், நாம் எல்லோரும் சமம்தான்!'

10
கழுகும், குயிலும்

உயர்ந்த மலையொன்றின்மேல், ஒரு கழுகும், குயிலும் சந்தித்தன, 'வணக்கம் ஐயா!' என்றது குயில்!

அந்தச் சிறுபறவையை அலட்சியமாய்ப் பார்த்தபடி ஒரு வணக்கம் போட்டது கழுகு.

'வீட்ல எல்லாம் சௌக்கியமா?'

'சௌக்கியத்துக்கு என்ன குறைச்சல்?', என்றபடி கோபமாய் உறுமியது கழுகு, 'ஏய் குயிலே, நான் பறவைகளின் ராஜா என்று உனக்குத் தெரியாதா? நான் பேசுவதற்குமுன் நீ பேசுகிறாய், உனக்கு என்ன துணிச்சல்? ஒரு மட்டு-மரியாதை கிடையாதா?'

கழுகு கோபமாய்ப் பேச, குயில் அமைதியாய் பதில் சொன்னது, 'ஆயிரம்தான் இருந்தாலும், நாமெல்லாம் ஒரே குடும்பம்தானே ஐயா?'

'யார் சொன்னது? நீயும், நானும் ஒரே குடும்பமா? நல்ல வேடிக்கை' என்று சிரித்தது கழுகு!

'ஏன் ஐயா? நாம் ஒரே குடும்பமாக இருக்கமுடியாதா?'

உங்களைவிட, நான் எந்தவிதத்தில் குறைந்துவிட்டேன்? நீங்கள் பறக்கும் உயரத்துக்கு நானும் பறப்பேன். தவிர, எனக்கு இனிமையாகப் பாடத் தெரியும், உலகிற்கும், மற்ற உயிரினங்களுக்கும் மகிழ்ச்சி தரும்படி நான் பாடுவேன், அது உங்களுக்குத் தெரியாதே!'

இப்போது கழுகுக்கு, நிஜமாகவே கோபம் வந்துவிட்டது, 'இனிமையாம், மகிழ்ச்சியாம்! பொடிப்பயலே, என் கால் அளவுக்கு இல்லை, நீயெல்லாம் பேசவந்துவிட்டாய், நான் ஒரு கொத்து கொத்தினால், நீ மொத்தமாய் அழிந்துபோவாய், தெரியுமா?'

இதைக் கேட்டதும், விருட்டென்று வானத்தில் ஏறிப் பறந்தது குயில், அப்படியே கீழே இறங்கிவந்து, கழுகின் முதுகில் அமர்ந்துகொண்டு, அதன் சிறகுகளைக் கொத்திப் பிய்க்கத் துவங்கியது.

எரிச்சலடைந்த கழுகு, குயிலை உலுக்கிக் கீழே தள்ள முயன்றது, அதனால் முடியவில்லை. ஆகவே, வானத்தில் அதி உயரத்துக்குப் பறந்து, மேலும், கீழுமாய்த் திரும்பி, பல்டியடித்து, எப்படியாவது, தன் முதுகிலிருக்கும் குயிலை உதறித் தள்ளிவிட முயன்றது, ம்ஹூம், அப்போதும், குயில், தான் பிடித்த பிடியை விடவில்லை!

கடைசியில், விதியை நொந்தபடி, ஏமாற்றத்துடன், தான் முன்பு அமர்ந்திருந்த அதே பாறைக்குத் திரும்பியது கழுகு. அதன் வாயில், கன்னாபின்னாவென்று வசவு வார்த்தைகள்!

இதையெல்லாம் பார்த்துக்கொண்டிருந்த ஒரு ஆமை, குலுங்கிக் குலுங்கிச் சிரித்தது, 'கழுகு மாமா, பலசாலிப் பறவையாய் இருந்த நீங்கள், இப்போது சவாரிக் குதிரையாகிவிட்டீர்கள், உங்கள்மேல், ஒரு சின்னப் பறவை ஏறிப் பயணம் செல்கிறது' என்று சிரித்தது அந்த ஆமை.

'ஏய், நீ உன் வேலையைப் பார்த்துக்கொண்டு போ, இதெல்லாம் எங்கள் குடும்ப சமாச்சாரம்!' என்றது கழுகு!

11

ஞானம்

ஆற்றில் மிதந்துகொண்டிருந்த ஒரு மரக்கட்டையின்மேல், நான்கு தவளைகள் அமர்ந்திருந்தன.

திடீரென்று, அந்தக் கட்டை, நீரோட்டத்தில் அகப்பட்டுக் கொண்டது, ஆற்றின் போக்கில் அடித்துச் செல்லப்பட்டது. இதைப் பார்த்த நான்கு தவளைகளும் ஆச்சரியத்தில் திளைத்தன - ஏனெனில், அவர்கள் இதற்குமுன்னால் இப்படி ஆற்றோட்டத்தில் பயணம் செய்ததே இல்லை!

முதல் தவளை சொன்னது, 'ஆஹா, இந்த மரக்கட்டை ஒரு அதிசயமான பொருள்தான், இதைப்போல் ஆற்றில் பயணிக்கும் எந்தக் கட்டையையும் நான் இதுவரை பார்த்ததில்லை!'

இரண்டாம் தவளை, 'இல்லை நண்பா, மரக்கட்டையில் எந்த அதிசயமும் இல்லை, அது பயணிப்பதும் இல்லை!', என்றது, 'இந்த ஆறுதான், கடலை நோக்கி நடந்துகொண்டிருக்கிறது, நம்மையும் உடன் அழைத்துச்செல்கிறது!'

இந்த இரண்டு தவளைகளின் கருத்தையும், மூன்றாம் தவளை மறுத்தது, 'கட்டையும் நகர்வதில்லை, ஆறும் நகர்வதில்லை, நம் எண்ணங்கள்தான் நகர்கின்றன!' என்று தத்துவார்த்தமாய்ப் பேசியது அந்தத் தவளை.

இப்போது, மூன்று தவளைகளும், தங்கள் கருத்துதான் சரி என்று மூர்க்கமாய்ச் சண்டையிடலாயின - கட்டை நகர்கிறதா, அல்லது ஆறு நகர்கிறதா, அல்லது எண்ணங்கள் நகர்கின்றனவா என நெடுநேரம் விவாதித்தபின்னும், அவற்றால் ஒரு தெளிவான முடிவுக்கு வரமுடியவில்லை.

ஆகவே, அந்த மூன்று சண்டைத் தவளைகளும், அமைதியாய் அமர்ந்திருந்த நான்காவது தவளையிடம் திரும்பின, 'இத்தனை நேரம் நாங்கள் பேசுவதைக் கவனித்துக்கொண்டுதானே இருந்தாய்? எங்களில் யார் சொல்வது சரி என்று நீயாவது சொல்லேன்!'

நான்காவது தவளை அமைதியாய்ப் பேசியது, 'நண்பர்களே, நீங்கள் எல்லோர் சொல்வதும் சரி, யார் சொல்வதிலும் தப்பில்லை, இந்தக் கட்டையும் நகர்கிறது, ஆறும் நகர்கிறது, நம் எண்ணங்களும் நகர்கின்றன, எல்லாமே சரிதான்!'

இதைக் கேட்ட மற்ற தவளைகளுக்கு ரொம்பக் கோபம், தாங்கள் சொல்வதுதான் முழு உண்மை என்றும், மற்றவர்கள் சொல்வதெல்லாம் முழுப் பொய் என்றும் அவை தீவீரமாய் நம்பிக்கொண்டிருந்ததால், இந்தப் பதில் அவர்களுக்குப் பெரிய மழுப்பலாகவும், ஏமாற்றமாகவும் தெரிந்தது.

ஆகவே, அந்த மூன்று தவளைகளும் ஒன்றாய்ச் சேர்ந்து, சாத்வீகமாய்ப் பேசிய நான்காவது தவளையை, ஆற்றினுள் பிடித்துத் தள்ளிவிட்டன!

12

மொழி

அப்போது நான் பிறந்து மூன்றே நாள்கள்தான் ஆகியிருந்தது. என்னுடைய மெத்தையில் படுத்தபடி, என்னைச் சுற்றியுள்ள உலகத்தை ஏமாற்றத்துடன் வெறித்துக்கொண்டிருந்தேன் நான்.

என் அம்மா, அங்கு வந்த நர்ஸிடம் கேட்டாள், 'என் குழந்தை எப்படி இருக்கிறது?'

'அவனுக்கென்ன மேடம்? ராஜாபோல் இருக்கிறான், இத்தனை அழகான ஒரு குழந்தையை நான் பார்த்ததே இல்லை!' என்றாள் அந்த நர்ஸ்.

அவள் சொன்னதில் எனக்குச் சம்மதமில்லை. ஆகவே, நான் அழுகையாய்ப் பேசினேன், 'அம்மா, அவள் சொல்வதை நம்பாதே, அவள் பொய் பேசுகிறாள், நான் படுத்திருக்கும் மெத்தை ரொம்பக் கடினமாய் இருக்கிறது, நான் குடித்த பால் கசக்கிறது, பார்க்கச் சகிக்காதபடி இருக்கிறேன் நான்!'

அப்போது நான் பேசியதை, என் அம்மா புரிந்துகொள்ளவில்லை - அந்த நர்ஸுக்கும் அது புரியவில்லை. ஏனெனில், நான் பேசிய மொழி, இங்குள்ளவர்களின் மொழி இல்லை - நான் எங்கிருந்து வந்தேனோ, அந்த உலகத்தின் மொழி அது!

நான் பிறந்து 21 நாள்கள் கழிந்தபின், எனக்கு ஞானஸ்நானம் செய்துவைத்தார்கள். அந்தப் பாதிரியார், என் அம்மாவிடம், 'உங்கள் மகன் ஒரு நல்ல கிறிஸ்துவனாய்ப் பிறந்திருக்கிறான் அம்மா, அதற்காக நீங்கள் சந்தோஷப்படவேண்டும்!' என்றார்.

அப்போதும், நான் என் எதிர்ப்பைத் தெரிவிக்க முயன்றேன். ஆனால், அந்தப் பாதிரியாருக்கும்கூட, என் முந்தைய உலகத்தின் மொழி புரியவில்லை.

ஏழு மாதங்கள் கடந்தன. அப்போது ஒரு ஜோசியர் என்னைப் பார்த்தார். என் அம்மாவிடம், 'உங்கள் மகன் ஒரு நல்ல அரசியல் தலைவனாக வருவான்!' என்று ஆரூடம் சொன்னார் அவர்.

அதைக்கேட்டு, நான் கதறினேன், 'பொய் சொல்லாதே ஜோசியரே, நான் ஒரு இசைக் கலைஞனாகதான் வளரப்போகிறேன்!'

ஆனால் அப்போதும், என் மொழியை யாரும் புரிந்துகொள்ள வில்லை. எனக்குப் பெரிய ஏமாற்றம்.

அன்றிலிருந்து, முப்பத்து மூன்று வருடங்கள் கழித்து, நான் அந்த ஜோசியரை மீண்டும் சந்தித்தேன் - இந்தக் காலகட்டத்தில் என் அம்மா, நர்ஸ், பாதிரியார் என, எல்லோரும் இறந்துபோயிருந்தார்கள். ஆனால், அந்த ஜோசியர் எப்போதும்போல் கோயில் வாசலில்தான் இருந்தார்.

என்னைப் பார்த்ததும் அந்த ஜோசியர் சொன்னார், 'நீ ஒரு அற்புதமான இசைக் கலைஞனாகதான் வருவாய் என்று எனக்கு முன்பே தெரிந்திருந்தது, நீ சின்னக் குழந்தையாக இருந்தபோதே, நான் இதைக் கணித்துச் சொல்லியிருக்கிறேன், தெரியுமா?'

அவர் சொல்வது பொய் எனத் தெரிந்தும், நான் அவரை மறுக்கவில்லை, அவர் சொல்வதை நம்பினேன். ஏனெனில், இத்தனை ஆண்டுகளில், எனக்கும், அந்த இன்னொரு உலகத்தின் மொழி மறந்துபோயிருந்தது!

13
திருவிழா

கிராமத்தில் ஒரு திருவிழா. அதில் கலந்துகொள்வதற்காக, ஒரு இளம்பெண், தன்னை அற்புதமாய் அலங்கரித்துக்கொண்டு வந்தாள். அழகிய மலர்கள் சூடியிருந்த அவளது கருங்கூந்தலில் சூர்யாஸ்தமனமும், சிரிப்பில் சூர்யோதயமும் பளிச்சிட்டது!

அவள் அங்கு வந்த சில நிமிடங்களுக்குள், திருவிழாவுக்கு வந்திருந்த இளைஞர்கள், அவளைச் சூழ்ந்துகொண்டுவிட்டார்கள், தன் அழகால், எல்லோரையும் கவர்ந்துவிட்டாள் அவள், ஒருவன் அவளோடு நடனமாட விரும்புகிறான், இன்னொருவன் அவளை முத்தமிட முயல்கிறான்!

இதையெல்லாம் பார்த்து, அந்தப் பெண்ணுக்கு மிகவும் திகைப்பாகிவிட்டது. அதிர்ச்சியில் உடல் நடுநடுங்க, 'போக்கிரிப் பயல்களா' என்று அந்த இளைஞர்களைத் திட்டிய அவள், சிலரைப் பிடித்துத் தள்ளினாள், இன்னும் சிலரை, முகத்திலேயே அறைந்துவிட்டு, அங்கிருந்து ஓடிவிட்டாள்!

வீடு திரும்பும் வழியில், அந்தப் பெண் தனக்குள் பேசிக்கொண்டாள், 'இந்தப் பையன்களுக்குக் கொஞ்சம்கூட

மிட்டாய்க் கதைகள்

நாகரிகமே தெரியவில்லையே, ஒரு பெண்ணிடம் இப்படியா பழகுவது? ரொம்ப மோசம், ரொம்ப மோசம்!'

இப்படியாக, திருவிழாக்களைப் பற்றியும், இளைஞர்களைப் பற்றியுமான சிந்தனைகளில், அவளது ஒரு வருடம் கழிந்தது. மீண்டும் இன்னொரு திருவிழா வந்தது!

இம்முறையும், அந்தப் பெண் தன்னை வெகு கவனமாய் அலங்கரித்துக்கொண்டு திருவிழாவுக்கு வந்தாள்.

ஆனால், ஏற்கெனவே அவளிடம் அடிபட்ட இளைஞர்கள், இப்போது அவளைத் திரும்பியும் பார்க்கவில்லை! ஆகவே, நாள்முழுதும், அவளை யாரும் தொந்தரவு செய்யவில்லை!

அன்றைக்கும், வீடு திரும்பும் வழியில், அந்தப் பெண் தனக்குள் பேசிக்கொண்டாள், 'இந்தப் பையன்களுக்குக் கொஞ்சம்கூட நாகரிகமே தெரியவில்லையே, ஒரு பெண்ணிடம் இப்படியா பழகுவது? ரொம்ப மோசம், ரொம்ப மோசம்!'

14
சிற்பம்

மலைநாட்டில், ஒரு கிராமத்தானிடம் பழைய சிற்பம் ஒன்று இருந்தது. பழங்காலத்தைச் சேர்ந்த அபூர்வமான சிற்பம் அது, நுணுக்கமான பல வேலைப்பாடுகளுடன் அற்புதமாய்ச் செதுக்கப்பட்டிருந்தது. ஆனால், அதன் உரிமையாளனுக்கு, அந்தச் சிற்பத்தின் மதிப்பு தெரியாததால், கதவருகே, ஒரு ஓரமாய் வீசிப்போட்டிருந்தான்.

பின்னர் ஒருநாள், அந்த வழியாகச் சென்ற ஒரு பட்டணத்தான், நசிந்து கிடக்கும் அந்தச் சிற்பத்தைப் பார்த்தான், 'இது விற்பனைக்குக் கிடைக்குமா?' என்று வீட்டுக்காரனிடம் விசாரித்தான்.

வீட்டுக்காரன் அலட்சியமும், கிண்டலுமாய்ச் சிரித்து, 'இந்த அழுக்குக் கல்லுக்கு எவன் பணம் தருவான்?' என்றான்.

'நான் தருகிறேன்', என்று அமைதியாய்ச் சொன்ன பட்டணத்தான், அந்தச் சிற்பத்தை, ஒரு வெள்ளி நாணயம் கொடுத்து விலைக்கு வாங்கிக்கொண்டான்!

மிட்டாய்க் கதைகள்

சிற்பத்தை விற்றவனுக்கு ஆச்சரியமும், மகிழ்ச்சியும், வீணாய்க் கிடந்த கல்லுக்கு, ஒரு வெள்ளியாவது கிடைத்ததே என்று சந்தோஷப்பட்டுக்கொண்டான் அவன்.

மறுநாள், அந்தச் சிற்பம் ஒரு யானையின் முதுகில் ஏற்றப்பட்டு, நகருக்குக் கொண்டுசெல்லப்பட்டது.

அதன்பின், பல மாதங்கள் கழித்து, நம் கிராமத்தான், நகரத்துக்குச் சென்றிருந்தான். அங்கிருந்த தெருக்களில் அவன் சும்மா அலைந்துகொண்டிருந்தபோது, ஒரு கடையின்முன் பயங்கரக் கூட்டம், நெரிசல்!

அங்கே யாரோ ஒலிபெருக்கியில் சத்தமாய்ப் பேசிக் கொண்டிருந்தார்கள், 'வாருங்கள், வாருங்கள், பல நூற்றாண்டுகளுக்குமுன் செதுக்கப்பட்ட, உலகின் மிக அழகிய சிற்பத்தைப் பார்த்து மகிழுங்கள், அற்புதமான இந்தப் படைப்பைக் காண்பதற்கு, நுழைவுக் கட்டணம், இரண்டு வெள்ளிதான்!'

இதைக் கேட்டதும், அந்த கிராமத்தானுக்கு ரொம்பவே ஆர்வமாகி விட்டது. அந்த அழகான சிலையைப் பார்த்தேஆகவேண்டும் என்று மனதிற்குள் முடிவுகட்டிக்கொண்டு, இரண்டு வெள்ளி நாணயங்களைக் கட்டணமாய்ச் செலுத்திவிட்டு, அந்தக் கடையினுள் நுழைந்தான்.

உள்ளே அவன் பார்த்தது – சில மாதங்கள்முன், ஒரு வெள்ளி நாணயத்துக்கு அவன் விற்ற அதே பழைய சிற்பம்!

15
நீதி

ஒரு அரசனின் சபைக்கு, புதிய மனிதன் ஒருவன் வந்தான் - அவனுக்கு ஒரே ஒரு கண்தான் இருந்தது - இன்னொரு கண் இருந்திருக்கவேண்டிய இடத்தில் வெறுமையாக, ரத்தம் ஒழுகிக்கொண்டிருந்தது.

அரசன் அவனை அக்கறையோடு விசாரித்தான், 'என்னாச்சுப்பா உனக்கு? யார் உன் கண்ணைப் பிடுங்கினார்கள்?'

அந்த ஒற்றைக் கண் மனிதன், அரசனைப் பணிவாய் வணங்கியபடி சொன்னான், 'அரசே, எனக்குப் பெரிய அநீதி நடந்திருக்கிறது, நீங்கள்தான் இதைக் கவனித்து, எனக்கு உரிய நியாயத்தை வழங்கவேண்டும்!'

இப்படிச் சொல்லிவிட்டு, அவன் தன் கதையைத் தொடர்ந்து சொன்னான், 'அரசே, நான் ஒரு திருடன். நேற்று இரவு, அமாவாசை என்பதால், அந்த சேட்டுக் கடையில் பணம் திருடத் தீர்மானித்தேன் நான். ஆனால், சுவரில் ஊர்ந்து, ஜன்னல்வழியே கடைக்குள் குதித்தபோது, இருட்டில் வழி தவறி, துணி நெய்கிறவனின் கடைக்குள் போய்விட்டேன்,

அங்கும் ஒரே இருட்டு, தட்டுத் தடுமாறி நடந்தவன், அந்த நெசவாளியின் தறியில் சிக்கிக்கொண்டேன், அந்தத் தறி என்னுடைய ஒரு கண்ணைப் பிடுங்கிவிட்டது!'

'அடடா', என்று உச்சுக்கொட்டினான் அரசன், 'இப்போது என்ன செய்யலாம் சொல்!'

'என் கண்ணைப் பிடுங்கிய அந்த நெசவாளிக்கு, உரிய தண்டனை கொடுக்கவேண்டும் அரசே!' என்றான் வந்தவன்.

உடனடியாக, அந்த நெசவாளியை இழுத்துவருமாறு ஆணையிட்டான் அரசன். அவன் வந்ததும், 'இந்தத் திருடனின் கண்ணைப் பறித்துக்கொண்ட குற்றத்துக்காக, உன் கண்களில் ஒன்று பறிக்கப்படும்' என்று தீர்ப்பளித்தான்.

இதைக் கேட்ட நெசவாளி, கொஞ்சமும் அதிர்ச்சியடையாமல், 'பேரரசே, இதுதான் சரியான தீர்ப்பு, அவனுடைய ஒரு கண் பறிபோனதற்குப் பதிலாக, என்னுடைய கண்ணும் போகவேண்டும் என்பதுதான் நியாயம்!' என்றான், 'ஆனால் அரசே, நான் நெய்கிற துணியில் இரண்டு பக்கங்கள் இருக்கிறதே, அந்த இரண்டு பக்கங்களையும் பார்த்து வேலை செய்வதற்கு, எனக்கு இரண்டு கண்கள் தேவைப்படுமே!'

'ஓஹோ', தாடையில் கை வைத்துக்கொண்டு யோசித்தான் அரசன், 'அதுவும் நியாயம்தான், என்ன செய்வது?'

நெசவாளி தொடர்ந்து சொன்னான், 'அரசே, என் பக்கத்து வீட்டுக்காரன், செருப்புத் தைப்பவன் – செருப்பில் ஒரு பக்கம்தானே எப்போதும் தைக்கப்படுகிறது, ஆகவே, அவனுக்கு ஒரு கண்ணே போதும்!'

'ஆஹா, நல்ல செய்தி' என்று உரக்கக் கூவிய அரசன், அந்த செருப்புத் தைப்பவனை இழுத்துவந்து, அவனுடைய ஒரு கண்ணைப் பிடுங்கிவிட்டான்!

இப்படியாக, அந்த தேசத்தில் நீதி நிலைநாட்டப்பட்டது!

16
மூன்று பரிசுகள்

முன்பொரு காலத்தில், ஒரு நல்ல அரசன் இருந்தான். அவனது குடிமக்கள் அனைவரும், அவனை நேசித்து, மரியாதை செலுத்தினார்கள்.

ஆனால், அந்த நாட்டிலிருந்த ஒரே ஒரு மனிதனுக்கு மட்டும், ஏனோ, அந்த அரசனைப் பிடிக்கவில்லை. வறுமையில் வாடினாலும், அவனுடைய நாக்கு, மிகவும் கூர்மையானதாய் இருந்தது - வாய்ப்புக் கிடைக்கும்போதெல்லாம், அரசனைக் கண்டபடி இகழ்ந்து பேசிவந்தான் அவன்!

அரசனுக்கும் இது நன்றாகத் தெரியும். ஆனால், அவன் உடனடியாக ஏதும் நடவடிக்கை எடுக்காமல், பொறுமையோடு காத்திருந்தான்.

பின்னர் ஒரு குளிர்நாள் இரவில், அந்த மனிதனின் வீட்டுக் கதவை, யாரோ தட்டினார்கள்.

'யாரது?'

மிட்டாய்க் கதைகள்

'நான் அரசரின் சேவகன்.'

அந்த மனிதன் ஆச்சரியத்துடன் கதவைத் திறந்தான். அரசனின் சேவகனுக்கு, என் வீட்டில் என்ன வேலை? ஒருவேளை, என்னைக் கொல்வதற்கு ஆளனுப்பியிருக்கிறானோ அரசன்?

ஆனால், வந்தவனிடம் கொலை நோக்கம் இல்லை. 'அரசர் உங்களுக்கு மூன்று பரிசுகள் அனுப்பியிருக்கிறார்', என்று சொல்லி, ஒரு பெரிய மூட்டையை அவனிடம் கொடுத்தான் அந்தச் சேவகன்.

அந்த மூட்டையைப் பிரித்துப் பார்த்தபோது, அதனுள் இருந்தவை - ஒரு பெரிய பொட்டலத்தில் மாவு, ஒரு பை நிறைய சோப்புக் கட்டிகள், இன்னொரு பொட்டலத்தில் சர்க்கரை!

இதைப் பார்த்ததும், வறுமையில் வாடிக்கொண்டிருந்த அவனுக்கு, ரொம்ப சந்தோஷம். 'ஆயிரம்தான் அவனை நான் எதிர்த்துப் பேசினாலும், அரசன் மரியாதை தெரிந்தவன்தான்' என்று தனக்குள் சொல்லிக்கொண்டான் அவன், 'என்னைப் பகைத்துக்கொள்ளக்கூடாது என்பதற்காக, எனக்கு இந்தப் பரிசுகளை அனுப்பியிருக்கிறான் அரசன்!' என்று சொல்லி, மீசையை முறுக்கிவிட்டுக்கொண்டான்.

அரசனுக்குத் தன்மீதிருக்கும் நல்லெண்ணத்தை நினைக்கநினைக்க, அவனுக்குப் பெருமை தாளவில்லை. ஆகவே, அந்த ஊரிலிருந்த ஒரு சாமியாரிடம் சென்று, இந்தப் பரிசுகளைக் காண்பித்தான், 'என்னை சிநேகிதம் செய்துகொள்ளவேண்டுமென்று, அரசனுக்கு ரொம்ப ஆசை!' என்றான் கர்வத்துடன்.

அந்தப் பரிசுகளை உன்னித்துப் பார்த்த சாமியார், தாடியை வருடினபடி சிரித்தார், 'அந்த அரசன் பெரிய புத்திசாலி, நீ பெரிய முட்டாள்!' என்றார்.

'என்ன சொல்றீங்க சாமி?' அதிர்ச்சியும், கோபமும் கலந்து கேட்டான் அவன்.

'இந்தப் பரிசுப் பொருள்களை வழங்கியதன்மூலம், அந்த அரசன், மறைமுகமாக என்ன சொல்கிறான் என்று உனக்குப் புரியவில்லையா?', என்று கேட்டார் அந்தச் சாமியார், 'பசியில் காய்ந்து கிடக்கும் உன்னுடைய வெறும் வயிறுக்கு, மாவு அனுப்பியிருக்கிறான் அரசன். கூடவே, அழுக்கு மண்டிய உன் உடம்பைச் சுத்தப்படுத்துவதற்கு, சோப்புக் கட்டிகள். இவற்றுடன், எப்போதும் கசப்பாகவே பேசுகிற உன் நாக்கில், கொஞ்சமாவது இனிப்பு சேரட்டுமே என்று சர்க்கரையும் அனுப்பியிருக்கிறான் புத்திசாலி அரசன்!'

இப்படிச் சொல்லிவிட்டு அந்தச் சாமியார் பெரிதாய்ச் சிரிக்கவும், அந்த மனிதன் தன்னை மிகக் கேவலமாய், வெட்கமாய் உணர்ந்தான். அரசனின்மேலிருந்த அவனுடைய வெறுப்பு இன்னும் அதிகரித்தது!

ஆனால், அரசனைக் காட்டிலும் அவன் அதிகம் வெறுத்தது – உண்மையை எடுத்துச்சொன்ன அந்தச் சாமியாரைத்தான்!

எது எப்படியோ, அன்றுமுதல், அவன் எதுவும் பேசுவதில்லை!

17
கைதிகள்

என் அப்பாவின் தோட்டத்தில், இரண்டு கூண்டுகள் இருந்தன.

ஒரு கூண்டில், அப்பாவின் அடிமைகள் பிடித்துவந்த ஒரு சிங்கம் அடைக்கப்பட்டிருந்தது. இன்னொரு கூண்டில், ஒரு சிறு குருவி இருந்தது.

தினந்தோறும், பொழுது விடியும்போது, இந்தக் குருவி, வலிமையான அந்தச் சிங்கத்தைக் கை சொடக்கி அழைத்து, 'என் சக கைதியே, குட்மார்னிங்!' என்று சொல்லும்!

18
நிழலும், நிஜமும்

ஒரு நரி, காலை வேளையில் தன் நிழலைப் பார்த்தது, கம்பீரமாய் நீண்டிருந்த தனது நிழலைக் கண்டதும், 'நான் இன்று ஒரு ஒட்டகத்தைச் சாப்பிடுவேன்', என்று தைரியமாய் நினைத்துக்கொண்டது.

அன்று காலை முழுதும், அந்த நரி ஒட்டகங்களைத் தேடி அலைந்தது.

பின்னர், மதிய வேளையில், களைத்துப்போன அந்த நரி, மீண்டும் தன் நிழலைப் பார்த்தது - இப்போது அந்த நிழல் சுருங்கிச் சிறிதாகியிருந்தது. அதைக் கண்ட நரி, 'ஒட்டகம் எதற்கு? ஒரு எலி சாப்பிட்டால் போதாதா?' என எண்ணிக்கொண்டது.

19

மனம் வருந்திய திருடன்

ஒரு அமாவாசை இரவில், ஒரு மனிதன், தன் பக்கத்து வீட்டுக்காரனின் தோட்டத்தில் திருட்டுத்தனமாய் நுழைந்து, அங்கு பழுத்திருந்த ஒரு பெரிய தர்ப்பூசணிப் பழத்தைப் பறித்துக்கொண்டு ஓடி வந்துவிட்டான்.

வீட்டுக்கு வந்தபின், அவசரமாய் அந்தப் பழத்தை அறுத்துப் பார்த்தபோதுதான், தர்ப்பூசணி இன்னும் பழுக்கவில்லை என்று தெரிந்தது - சாப்பிடுவதற்கு லாயக்கற்ற தர்ப்பூசணிக் காய் அது!

அந்தக் கணத்தில், அங்கே ஒரு அதிசயம் நடைபெற்றது.

அதுவரை திருடனாயிருந்த அந்த மனிதனின் புத்தி, திடீரென்று விழித்துக்கொண்டது. அந்தப் பழத்தைத் (காயைத்) திருடியதற்காக, அவன் மனம் வருந்தத்தொடங்கினான்.

20
பைத்தியங்கள்

அந்த நகரத்தை ஒரு நல்ல அரசன் ஆண்டுகொண்டிருந்தான். அவனுடைய பலத்தைப் பார்த்து எல்லோரும் பயந்தார்கள், புத்திசாலித்தனத்தைப் பார்த்து, எல்லோரும் அவனை விரும்பினார்கள்.

நகரத்தின் மையத்தில் ஒரு பெரிய கிணறு இருந்தது. அந்தக் கிணற்றில், குளுமையான, சுவையான தண்ணீர் கிடைத்துக்கொண்டிருந்தது - சுற்றுவட்டாரத்தில் வேறு எங்கேயும் கிணறுகள் இல்லாததால், அரசன் உட்பட, எல்லோரும் அந்தக் கிணற்றுத் தண்ணீரைத்தான் குடித்துக்கொண்டிருந்தார்கள்.

ஒரு நாள் இரவு, எல்லோரும் தூங்கிக்கொண்டிருந்தபோது, ஒரு சூனியக்காரன் அந்த நகரினுள் நுழைந்தான். தன் கையிலிருந்த சிறு குப்பியிலிருந்து, ஏதோ ஒரு திரவத்தை, ஏழு துளிகள் கிணற்றினுள் ஊற்றினான். பின்னர் பெரிதாய்ச் சிரித்தபடி, 'இனிமேல், இந்தக் கிணற்றுத் தண்ணீரைக் குடிக்கிற எல்லோரும் பைத்தியமாகிவிடுவார்கள்!' என்றான் அவன்.

மிட்டாய்க் கதைகள்

மறுநாள், இந்த விஷயம் அறியாத அந்த நகரத்து மக்களெல்லாம், வழக்கம்போல் அந்தக் கிணற்றிலிருந்து நீர் இறைத்துக் குடித்தார்கள் - சூனியக்காரன் சொன்னதுபோல், எல்லோரும் பைத்தியமாகிவிட்டார்கள்!

ஆனால், அரசனும், அவனது சபையினரும் அந்தத் தண்ணீரைக் குடிக்கவில்லை. ஆகவே, அவர்கள் மட்டும், இந்த அவலத்திலிருந்து தப்பித்தார்கள்.

அன்று பகல் வேளையில், அந்த நகரத்தின் தெருக்களிலும், கடைகளிலும் ஒரே கிசுகிசுப்பு. எல்லோரும் பொதுவாக ஒரே விஷயத்தைத்தான் பேசிக்கொண்டிருந்தார்கள், 'நம் ராஜாவுக்கும், மந்திரிகளுக்கும் பைத்தியம் பிடித்துவிட்டது, புத்தியில்லாத இவர்கள் எப்படி நம்மை ஆட்சி செய்யமுடியும்? அவர்களை உடனடியாகப் பதவியிறக்கவேண்டும்!'

இதைக் கேள்விப்பட்ட அரசன், அந்தக் கிணற்றிலிருந்து ஒரு பானை நீர் எடுத்துவருமாறு ஆணையிட்டான். பின்னர், சிறிதும் தயக்கமின்றி, அந்தத் தண்ணீரை கடகடவென்று குடித்துவிட்டான். மிச்சமிருந்ததை, தன் சபையினருக்குக் கொடுத்தான். எல்லோரும் அதைக் குடித்துப் பைத்தியங்களானார்கள்.

மக்களுக்கு ஒரே சந்தோஷம் - மன்னனும் தங்களைப்போல் 'புத்திசாலி'யாய் ஆகிவிட்டான் என்று!

21
கண்

கண் சொன்னது, 'இந்தப் பள்ளத்தாக்குகளைத் தாண்டி, பனியால் சூழப்பட்ட ஒரு மலை இருக்கிறது! ஆஹா, எத்தனை அழகான மலை!'

இதைக்கேட்ட காது, சற்றே கூர்மையாகி, எதையோ கவனித்துக் கேட்டது. பின்னர், 'மலையா? எங்கே மலை? எனக்கு ஒன்றும் கேட்கவில்லையே!' என்றது.

அடுத்ததாக, கை பேசியது, 'மலையா? எங்கே மலை? நான் வெகுநேரமாக அதைத் தொடுவதற்கோ, உணர்வதற்கோ முயன்றுகொண்டிருக்கிறேன், அப்படி ஒன்றும் இங்கே இல்லையே!'

மூன்றாவதாக, மூக்கு பேசியது, 'மலையா? எங்கே மலை? என்னால் மலையை நுகரமுடியவில்லையே! அப்படியானால் மலை இல்லை என்றுதானே அர்த்தம்?'

இவை பேசுவது பிடிக்காமல், வேறுபக்கமாய்த் திரும்பிக் கொண்டது கண்! காது, மூக்கு, கை மூன்றும் கலந்து பேசி, இல்லாத மலையை, இருப்பதாகச் சொல்லும் கண்ணுக்கு, ஏதோ ஆகிவிட்டது என்று முடிவுகட்டின!

22
போரும், சிறு நாடுகளும்

மலையுச்சியில், ஒரு ஆடும், அதன் சிறு குட்டியும் மேய்ந்துகொண்டிருந்தன.

வானத்தில் பறந்துகொண்டிருந்த ஒரு கழுகு, அந்த ஆட்டுக்குட்டியைப் பார்த்தது, ஏற்கெனவே பயங்கர பசியிலிருந்த அந்தக் கழுகுக்கு, இந்த ஆட்டுக்குட்டியைக் கண்டதும், நாக்கில் எச்சில் ஊறியது!

உடனடியாக, அந்த ஆட்டுக்குட்டியைப் பிடித்துத் தின்றுவிடுகிற எண்ணத்துடன், தரையை நோக்கிப் பாய்ந்தது அந்தக் கழுகு.

இதே நேரத்தில், அங்கு வந்த இன்னொரு பசித்த கழுகும் அதே ஆட்டுக்குட்டியை நோக்கிப் பாய்ந்தது.

இந்தப் புதிய கழுகைக் கண்ட முதல் கழுகு, கோபம் கொண்டு, அதன்மேல் பாய்ந்து சண்டையிடலானது, அவற்றின் ஆக்ரோஷமான கூக்குரல் வானத்தை நிரப்ப, அவை பயங்கரமாய்ப் போரிட்டன.

இந்தச் சப்தம் கேட்டு, மேலே நிமிர்ந்து பார்த்த ஆடு, இந்தச் சண்டையைக் கண்டு ஆச்சரியப்பட்டது, பின்னர் தன் குட்டியை நோக்கித் திரும்பி, 'மகனே, அத்தனை பெரிய வானம், இந்த இரண்டு பறவைகளுக்குப் போதவில்லையா? ஏன் இவை இப்படிச் சண்டையிடுகின்றன?', என்று வேதனைக் குரலில் கேட்டது, 'மகனே, நம் கழுகுச் சகோதரர்கள், இந்தச் சண்டையை நிறுத்தவேண்டும், அவற்றிடையே மீண்டும் அமைதி திரும்பவேண்டும் என்று பிரார்த்தித்துக்கொள்!'

இதைக் கேட்ட ஆட்டுக்குட்டி, அவ்வாறே மனமுருகிப் பிரார்த்தித்தது!

23
துறவி

நான் அந்தத் துறவியைச் சந்திக்கச் சென்றிருந்தபோது, அங்கே ஒரு திருடன் வந்தான்.

மலையேறி வந்த நீண்ட பயணத்தால், அந்தத் திருடன் ரொம்பவும் களைத்திருப்பது தெரிந்தது. என்றாலும், துறவியைப் பார்த்ததும், அவன் முகத்தில் புது வெளிச்சம் பரவியது, அவர்முன்னே மண்டியிட்டு, 'ஸ்வாமி, என் பாவங்கள் என்னை பாரமாய் அழுத்துகின்றன, என்னைக் காப்பாற்றுங்கள்!', என்றான்.

துறவி ஒரு சிறிய சிரிப்புடன், 'மகனே, என்னுடைய பாவங்களும்தான் என்மேல் பாரமாய்ப் படிந்துள்ளன!', என்றார்.

இதைக் கேட்டதும், திருடன் முகத்தில் அதிர்ச்சி வெளிப்படையாய்த் தெரிந்தது, 'ஸ்வாமி, அப்படியெல்லாம் பேசாதீர்கள், நீங்களும் நானும் ஒன்றா? நான் ஒரு திருடன், பொல்லாதவன்!', என்றான் பதட்டமாய்.

'நானும் திருடன்தான் மகனே, நானும் பொல்லாதவன்தான்!', என்றார் துறவி.

'ஐயோ ஸ்வாமி, நான் சொல்வது உங்களுக்குப் புரியவில்லை, நான் ஒரு கொலைகாரன், பல பேரைக் கொன்றவன், அவர்களுடைய கதறல் ஒலி, இன்னமும் என் காதுகளில் ஒலித்துக்கொண்டிருக்கிறது!' என்றான் திருடன்.

'நானும் அப்படியேதான், கொலைகாரன், பல பேரைக் கொன்றவன், அவர்களுடைய கதறல் ஒலி, என் காதுகளுக்குள்ளும் ஒலித்துக்கொண்டுதான் இருக்கிறது!' என்றார் துறவி.

'நான் எண்ணற்ற குற்றங்களைச் செய்தவன் ஸ்வாமி!' என்றான் திருடன்.

'நானும் எண்ணற்ற குற்றங்களைச் செய்தவன்தான்', என்றார் துறவி.

இதைக் கேட்ட திருடன், எழுந்து நின்று, துறவியை வெறித்துப் பார்த்தான். அவனுடைய பார்வையில் ஒரு விநோதமான ஆச்சரியம் தெரிந்தது. பின்னர், அவன் உடனடியாக அந்த மலையிலிருந்து இறங்கிச் சென்றுவிட்டான். இப்போது அவனுடைய நடையில் ஒரு துள்ளல் கலந்திருந்ததைப் பார்த்தேன் நான்.

'ஸ்வாமி, அவனிடம் ஏன் அப்படிப் பொய் சொன்னீர்கள்? நீங்கள் செய்யாத குற்றங்களையெல்லாம் ஏன் ஒப்புக்கொண்டீர்கள்?', என்று துறவியிடம் கேட்டேன் நான், 'இப்போது பாருங்கள், அவன் உங்கள்மேல் வைத்திருந்த மரியாதையும், நம்பிக்கையும் போய்விட்டது, பழையபடி தறுதலையாய்த் திரியப்போகிறான்!'

துறவி மெலிதாகச் சிரித்தார், 'மகனே, அவன் என்மேல் வைத்திருந்த நம்பிக்கை போய்விட்டது என்பது உண்மைதான். ஆனால், அவன் நம்மிடம் வந்தபோது இருந்ததைவிட, அதிக சந்தோஷத்துடன், நிம்மதியுடன் திரும்பிச் சென்றிருக்கிறான்!' என்றார் அவர்.

அப்போது, தூரத்தில் எங்கோ, அந்தத் திருடன் பாடும் சந்தோஷமான பாடலின் எதிரொலி, அந்த மலையையும், பள்ளத்தாக்கையும் நிறைத்தது.

24
வாரிசு

அந்த நாட்டின் அரசி, தன் முதல் வாரிசைப் பிரசவிக்கத் துடித்துக்கொண்டிருந்தாள். அறைக்கு வெளியே, ராஜாவும், சில மந்திரிகளும் ஆர்வத்தோடு காத்திருந்தார்கள்.

அப்போது, அங்கே ஒரு தூதுவன் வந்தான், அரசனுக்கு முன்னால் வந்து நின்று, 'மஹாராஜா, நான் உங்களுக்கு ஒரு நல்ல செய்தி கொண்டுவந்திருக்கிறேன்', என்றான்.

'என்னது?', தன் குழந்தையைப் பார்க்கும் துடிப்பிலிருந்த அரசன், ஆர்வமில்லாமல் கேட்டான்.

'அரசே, உங்களுடைய வாழ்நாள் எதிரியான பக்கத்து நாட்டு அரசன், இன்று காலை இறந்துவிட்டான்!', என்றான் அந்தத் தூதுவன்.

இதைக் கேட்டதும், அரசனும், மற்ற மந்திரிகளும் உற்சாகமாய்க் கூவினார்கள், 'நம் நாட்டைப் பிடித்துவிடுவேன் என்று வீம்பாய்ச் சவால் விட்டானே, ஒருவழியாய் அந்தப் பயல் செத்தொழிந்தான்!', என்று சந்தோஷமாய்ச் சொல்லிக்கொண்டார்கள்.

அவர்கள் மகிழ்ச்சியோடு ஒருவரையொருவர் தழுவி, தங்களின் சந்தோஷத்தைப் பேசித் தீர்த்துக்கொண்டிருந்தபோது, அரசவை மருத்துவர் அங்கே வந்தார், 'அரசே, உங்கள் புகழ் ஓங்குக, உங்களுடைய பெருமையைக் காப்பாற்றுவதற்கும், இந்த நாட்டைத் தொடர்ந்து ஆளுவதற்கும், உங்கள் வாரிசாக, ஒரு அழகான ஆண் பிள்ளையைப் பெற்றெடுத்திருக்கிறார் மஹாராணி!', என்று அறிவித்தார்.

இதைக் கேட்டதும், அரசனுடைய மகிழ்ச்சிக்கு அளவே இல்லை - ஒரே நேரத்தில் என் எதிரி ஒழிந்தான், என் வாரிசு பிறந்திருக்கிறான்! இரட்டை சந்தோஷம்! இரட்டை சந்தோஷம்!

அன்று இரவு, அந்த நகரத்தில் வாழ்ந்துகொண்டிருந்த ஒரு ஜோசியரை அரண்மனைக்கு அழைத்தான் அரசன், தன்னுடைய மகனின் எதிர்காலத்தைக் கணித்துச் சொல்லுமாறு கேட்டுக்கொண்டான்.

இளைஞராய்த் தோன்றிய அந்த ஜோசியர், சற்றும் தயங்காமல் சொன்னார், 'அரசே, உங்கள் எதிரி செத்துப்போன அதே நேரத்தில்தான், உங்களுடைய மகன் பிறந்திருக்கிறான், உங்கள் எதிரியின் ஆவி, எங்கே புகுந்துகொள்வது என்று தெரியாமல் தேடிக்கொண்டிருந்த போது, உங்கள் மகனின் உடம்பைக் கண்டுபிடித்து, உள்ளே புகுந்துகொண்டுவிட்டது! ஆகவே, இப்போது உங்கள் மடியில் தவழ்ந்துகொண்டிருப்பது, உங்கள் மகனில்லை, உங்களின் எதிரி, வருங்காலத்தில் இந்த நாட்டை ஆளப்போவதும், உங்கள் எதிரிதான்!'

இதைக் கேட்ட அரசன் கோபத்துடன் எழுந்து, தன் வாளால், அந்த ஜோசியரை வெட்டிக் கொன்றுவிட்டான்!

ஆனால், ஊர் மக்களின் ரகசியப் பேச்சை அவனால் கட்டுப்படுத்தமுடியவில்லை - இப்போதும், நீங்கள் அந்த நாட்டுக்குச் சென்றால், மக்கள் கிசுகிசுப்பாய்ப் பேசிக்கொள்வதைக் கேட்கலாம், 'உனக்குத் தெரியாதா? நம் நாட்டை ஆள்வது, நம் நாட்டின் எதிரிதானே!'

25
நடனப் பெண்

ஒரு நடனப் பெண், தனது இசைக் குழுவினருடன், அரசனின் சபைக்கு வந்தாள். அற்புதமாக நடனமாடினாள்.

முதலில் அவள் ஆடியது, நெருப்பு நடனம், பின்னர் வாள் நடனம், நட்சத்திரங்களின் நடனம், காற்றில் மிதக்கும் பூக்களின் நடனம் - இப்படி விதவிதமான பல நடனங்களை அவள் சிறப்பாக ஆட, சபையினரும் உற்சாகமாய் ரசித்தார்கள்.

நிகழ்ச்சி முடிந்ததும், அவள் அரசனின் முன்னே வணங்கி நின்றாள். அரசன் அவளை அருகே அழைத்து, 'அழகியே, உன்னுடைய நாட்டியம், மிக உன்னதமானது' என்று பாராட்டினான், 'உன்னுடைய இந்த அற்புதமான கலை எங்கிருந்து பிறக்கிறது பெண்ணே? நீ ஆடுகையில், பஞ்சபூதங்களையும் நீ உன் நடன முத்திரைகளால் கட்டுப்படுத்துவதுபோல் தோன்றுகிறதே, அது எப்படி?'

நடனப் பெண், மீண்டும் அவனை வணங்கி, 'மரியாதைக்குரிய மன்னரே, உங்களுடைய கேள்விகளுக்கு, எனக்கு பதில்சொல்லத்

தெரியவில்லை, ஆனால் ஒன்றுமட்டும் சொல்வேன்' என்றாள், 'ஒரு சிந்தனையாளனின் ஆன்மா, அவனுடைய மூளையில் இருக்கிறது, கவிஞனின் ஆன்மா, அவனது இதயத்தில், பாடகனின் ஆன்மா, குரல் வளத்தில். ஆனால், என்னைப்போன்ற நடனக்காரர்களின் ஆன்மா, அவர்களின் உடல் முழுதும் நிறைந்திருக்கிறது!'

26
ஒரு பைத்தியக்காரன்

நான் எப்படிப் பைத்தியமானேன் என்றா கேட்கிறீர்கள்? அது பெரிய கதை!

நெடுநாள் முன்பு, இந்த உலகம் தோன்றி, கடவுள்களெல்லாம் பிறப்பதற்குமுன், நான் தூங்கி எழுந்த ஒரு காலையில், என் முகமூடிகள் எல்லாம் திருடுபோயிருப்பதைக் கண்டேன்!

என்ன கொடுமை! ஏழு ஜென்மங்களில் நான் அணிந்திருந்த ஏழு முகமூடிகளும் மொத்தமாய்க் காணாமல்போய்விட்டன.

நான் கதறினேன், அலறினேன், கூட்டமான தெருக்களில் ஓடினேன், அவர்களில் என் முகமூடிகளைத் திருடியவர்களுக்கு சாபம் கொடுத்தேன்.

அவர்கள் என்னைப் பார்த்துச் சிரித்தார்கள், சிலர், பயந்து, தங்கள் வீடுகளுள் ஓடி ஒளிந்துகொண்டார்கள். அப்போது, ஒரு வீட்டின் மாடியில் நின்றிருந்த இளைஞன் என்னைப் பார்த்து, 'பைத்தியம்' என்றான்!

நான் அவனைப் பார்ப்பதற்காக தலையை நிமிர்த்தினேன், முதன்முறையாக, முகமூடிகளற்ற என் நிர்வாண முகத்தில் சூரிய ஒளி பட்டது. அதன் ஒளியும், வெப்பமும் என்னை அரவணைக்க, உடனடியாக, என் உடலும், உள்ளமும் அந்தச் சூரியனை நேசிக்கத்தொடங்கிவிட்டது!

அதன்பின், எனக்கு முகமூடிகளே தேவையில்லை என்று நான் புரிந்துகொண்டேன்!

இப்போதும் நான் அழுதேன், ஆனால், என் முகமூடிகளைத் திருடியவர்களை, நான் வாழ்த்தினேன்! அன்றிலிருந்து, நான் ஒரு பைத்தியக்காரனாய் அறியப்பட்டேன்.

இதில் எனக்கு சந்தோஷம்தான். 'பைத்திய' வாழ்வில்தான், சுதந்திரமும், பாதுகாப்பும் எனக்குக் கிடைத்திருக்கிறது - தனிமையின் சுதந்திரம், பிறர் நம்மைப் புரிந்துகொள்வதிலிருந்து பாதுகாப்பு!

27

பெரிதிற்கும், சிறிதிற்கும் நடுவே

அந்த மலைக் கிராமத்தில், ஒரு ஏழைப் பெண்மணி, தன் ஒரே மகனுடன் வசித்துவந்தாள். ஒரு நாள், கடுமையான காய்ச்சலில் அந்தப் பையன் இறந்துபோனான்.

துயரத்தில் மூழ்கிய அந்தப் பெண், பக்கத்தில் கைகட்டி நிற்கும் வைத்தியரிடம் கதறினாள், 'ஐயா, என் மகன் எப்படி இறந்தான்? என் ஒரே மகனை என்னிடமிருந்து பிரித்தது எது? சொல்லுங்கள், சொல்லுங்கள்!'

மருத்துவர் அமைதியாகப் பதில் சொன்னார், 'அம்மா, காய்ச்சல்தான் உன் மகனுடைய மரணத்துக்குக் காரணம்!'

'காய்ச்சல் என்றால் என்ன?'

'அதை என்னால் விளக்கிச்சொல்லமுடியாது', என்றார் வைத்தியர், 'காய்ச்சல் என்பது ஒரு சிறிய... மிகச் சிறிய பொருள், நாம் எதிர்பாராத நேரத்தில், நம் உடம்புக்குள் புகுந்துகொண்டு விடும், நம் மனிதக் கண்களால் அதைப் பார்க்கமுடியாது!'

இப்படிச் சொல்லிவிட்டு வைத்தியர் அந்த வீட்டிலிருந்து வெளியேறினார். அந்தப் பெண் தொடர்ந்து கதறிக்

கொண்டிருந்தாள், 'நாம் கண்களால் பார்க்கமுடியாதபடி, மிகச் சிறிய ஒன்று, அதுவா என் மகனைக் கொன்றுவிட்டது?'

அன்று மாலை. அந்தப் பெண்மணிக்கு ஆறுதல் சொல்வதற்காக ஒரு சாமியார் வந்தார். அவரிடமும் அந்தப் பெண் தன் அழுகையை, ஆற்றாமையைக் கொட்டினாள், 'எனக்கு மட்டும் ஏன் இப்படி நடக்கவேண்டும்? என் ஒரே மகன் ஏன் இப்படி திடீரென்று செத்துப்போனான்?'

'அம்மா, இதெல்லாம் கடவுள் சித்தம்' என்றார் சாமியார்.

'கடவுளா? யார் அது? எங்கே இருக்கிறார் அந்தக் கடவுள்?' என்று சத்தமாய்க் கத்தினாள் அந்தப் பெண், 'அவரா என் மகனைக் கொன்றது? சொல்லுங்கள், அவர் எங்கே இருக்கிறார் என்று சொல்லுங்கள், அவர்முன்னே சென்று நியாயம் கேட்கிறேன், அவனுக்குப் பால் கொடுத்த என் மார்புகளைக் கிழித்தெறிந்து, அந்த ரத்தத்தை அவர் காலடியில் கொட்டி, 'என் மகனைக் கொன்றது சரிதானா?', என்று கேட்கிறேன், சொல்லுங்கள்'

சாமியார் சொன்னார், 'கடவுள் எங்கும் இருக்கிறார் அம்மா, அவர் பெரியவர், மிகப் பெரியவர், நம் மனிதக் கண்களால் அவரைப் பார்க்கமுடியாது!'

அவர் சொன்னதைக் கேட்டதும், அந்தப் பெண்ணின் கண்ணீர் அதிகரித்தது, 'மிகப் பெரிய ஒருவரின் ஆணைப்படி, மிகச் சிறிய ஒன்று என் மகனைக் கொன்றுவிட்டது. ஆனால், இந்த இரண்டையுமே நம்மால் பார்க்கமுடியாது, அப்படியானால், அந்த மிகப் பெரியதிற்கும், மிகச் சிறியதிற்கும் இடையே, நாம் இந்த மண்ணில் எதற்காக இருக்கிறோம்? ஏன் இருக்கிறோம்?'

இதைக் கேட்டபடியிருந்த அவள் அம்மா, உள் அறையிலிருந்து வந்து அவளைக் கட்டிக்கொண்டாள், 'மகளே, நாம்தான் மிகச் சிறியவர்கள், நாம்தான் மிகப் பெரியவர்கள், மிகச் சிறியதிற்கும், மிகப் பெரியதிற்கும், இடையே இருக்கிற பாதையும்கூட, நம்மைப்போன்ற மனிதர்கள்தான்!'

28
பைத்தியக்கார வீடு

மனநிலை பாதிக்கப்பட்டவர்களுக்கான மையமொன்றிற்குச் சென்றிருந்தேன். அங்கேதான், நான் அந்த இளைஞனைச் சந்தித்தேன்.

சற்றே முகம் வெளுத்துக் காணப்பட்ட அந்த இளைஞனிடம், 'நீ ஏன் இங்கே வந்தாய்?' என்று கேட்டேன் நான்.

அவன் என்னை ஆச்சரியமாய்ப் பார்த்துவிட்டு, 'கொஞ்சம்கூட நாகரிகமில்லாமல், நீ என்னிடம் இப்படிக் கேட்பது சரியில்லை' என்றான், 'ஆனாலும் பரவாயில்லை, நான் உனக்கு பதில் சொல்கிறேன்.'

நான் அவனருகே இருந்த பெஞ்சில் அமர்ந்தேன். அவன் தொடர்ந்து பேசினான்: 'என் அப்பா, தன்னுடைய ஒரு பிம்பமாகவே என்னை உருவாக்க முயன்றார். என் மாமாவும் அப்படித்தான். என் அம்மா, இன்னும் மோசம், அவளுடைய அப்பா, என் தாத்தாவைப் பின்பற்றிதான் நான் வாழவேண்டும் என்று அவள் விரும்பினாள்.

என். சொக்கன்

என் தங்கைக்கு, அவளுடைய கணவனை நினைத்து ரொம்பப் பெருமை, 'அவரைமாதிரி நீ எப்போ வளரப்போறே?' என்று என்னை அடிக்கடி கேட்டுத் தொல்லை செய்தாள் அவள். என் தம்பி, நல்ல விளையாட்டுவீரன், 'நீயும் என்னைமாதிரி நல்லா விளையாடினாதான், பெரியாளாகமுடியும்', என்று அறிவுரை சொன்னான் அவன்!

எனக்கு வாய்த்த ஆசிரியர்களும் சரியில்லை, தத்துவம், இசை, கணக்கு என்று எனக்குப் பாடம் சொல்லித்தந்தவர்கள் எல்லாருமே, அவரவர்களுடைய துறையில், அவர்களை அப்படியே பின்பற்றும் சிஷ்யனாக, வெறும் கண்ணாடி பிம்பமாகதான் என்னை உருவாக்க முயன்றார்கள்.

இவர்கள் எல்லோராலும் துரத்தப்பட்டு, கடைசியில், நான் இங்கே வந்து சேர்ந்தேன். வெளி உலகத்தைவிட, இந்த இடம் அமைதியானதாய், தெளிவானதாய்த் தெரிகிறது எனக்கு' என்று சொல்லிமுடித்தான் அவன், 'ஒருவழியாக, நான் இப்போது யாரைப்போலவும் இல்லாமல், நானாகவே இருக்கிறேன்!'

இதைச் சொன்னவன், திடீரென்று என்பக்கம் திரும்பி, 'நீ எப்படி இங்கே வந்தாய்?' என்று கேட்டான், 'நீயும் என்னைப்போலதானா?'

நான் அவசரமாக அவனை மறுத்து, 'இல்லை இல்லை, நான் வெறும் பார்வையாளனாகதான் வந்திருக்கிறேன்' என்றேன்.

அவன் முகத்தில் மெலிதான புன்னகை, 'ஓஹோ, அப்படியானால், அந்தச் சுவருக்கு வெளியிலிருக்கும் பைத்தியக்கார உலகத்தைச் சேர்ந்தவனா நீ?'

29
விசிறிகள்

வயதான ராணி ஒருத்தி, அயர்ந்து தூங்கிக்கொண்டிருந்தாள், அவளது அடிமைகள் நான்கு பேர், அவளுக்கு விசிறிவிட்டுக் கொண்டிருந்தார்கள்.

நன்றாகக் குறட்டைவிட்டபடி தூங்கிக்கொண்டிருந்தாள் அந்த ராணி, அவளது மடியில் கிடந்த பூனை, விசிறும் அடிமைகளைச் சோம்பலாய்ப் பார்த்துக்கொண்டிருந்தது.

ராணியைக் கூர்ந்து பார்த்த முதல் அடிமை சொன்னான், 'தூங்கும்போதுகூட, இந்தக் கிழவி எத்தனை அசிங்கமாய் இருக்கிறாள் பார்! வாய் பெரிதாய்த் திறந்திருப்பதையும், அதிலிருந்து வருகிற பெருமூச்சுகளையும் பார்க்கிறபோது,. ஏதோ பேய் பிடித்துவிட்டவள்போல் கிடக்கிறாள்!'

'பரவாயில்லை, உன்னைப்போன்ற அடிமைகள் விழித்திருக்கும் போது அசிங்கமாய் இருப்பதைவிட, அவளுடைய தூக்கம் ஒன்றும் அசிங்கமில்லை!' என்றது பூனை!

என். சொக்கன்

இப்போது, இரண்டாவது அடிமை பேசினான், 'பொதுவாக, தூங்கும்போது, நம் முகத்திலுள்ள சுருக்கமெல்லாம் மறைந்துவிடும் என்று சொல்வார்கள், ஆனால் இந்தப் பெண்ணின் முகத்தில், சுருக்கங்கள் அதிகமாகிக்கொண்டேபோகின்றன, அநேகமாய், தூக்கத்தில்கூட, யாருக்கோ கெடுதல் நினைக்கிறாள் இந்தக் கிழவி!'

'ஆமாம், நீ தூங்கிக்கொண்டே, உன் விடுதலையைப்பற்றிக் கனவு காண்பதுபோலதான்!', என்றது பூனை!

மூன்றாவது அடிமை, 'எனக்குப் புரிந்துவிட்டது, தன்னால் கொல்லப்பட்ட எல்லோருடைய இறுதி ஊர்வலங்களையும், மனதினுள் ஓட்டிப்பார்த்து சந்தோஷப்படுகிறாள் கிழவி!', என்றான்.

'அவள் கொன்றது யாரை? உங்களுடைய பெற்றோரையும், அவர்களுடைய முன்னோர்களையும்தானே? அந்த ஊர்வலங்களைதான் அவள் திரும்பப் பார்த்துக் கொண்டிருக்கிறாள்' என்றது பூனை!

இவர்கள் இப்படிப் பேசுவதை அமைதியாய்ப் பார்த்துக் கொண்டிருந்த நான்காவது அடிமை, தொடர்ந்து அந்த ராணிக்கு விசிறிக்கொண்டிருந்தான், 'நண்பர்களே, இவள் கெட்டவளாக இருக்கலாம், ஆனால், நம் முதலாளி, ஆகவே, நாம் நமது கடமையிலிருந்து தவறிவிடக்கூடாது!', என்றான் அவன்.

அவனை வெறுப்புடன் பார்த்த பூனை, 'நீ காலம்முழுதும் இப்படியே விசிறிக்கொண்டுதான் இருக்கப்போகிறாய்', என்றது, 'நீ செத்து, சொர்க்கத்துக்குப் போனாலும், அங்கேயும் அடிமை வாழ்க்கைதான் வாழ்வாய்!'

அப்போது, அந்த ராணி தூக்கத்தில் தன் தலையை அசைத்தாள், அவளது மணிமகுடம், தலையிலிருந்து விலகி, கீழே உருண்டோடியது.

மிட்டாய்க் கதைகள்

இதைப் பார்த்த ஒரு அடிமை, 'ஐயோ, கெட்ட சகுனம்!', என்று அலறினான்.

'ஒருவருடைய கெட்ட சகுனம், இன்னொருவருக்கு நல்ல சகுனம்!' என்றது பூனை!

இரண்டாவது அடிமை, 'அச்சச்சோ, இப்போது, ராணி விழித்தெழுந்தால், அவளது கிரீடம் விழுந்துவிட்டதைப் பார்த்துக் கோபமாகிவிடுவாள், நம்மையெல்லாம் கொன்றுவிடுவாள்!', என்று பயத்தோடு சொன்னான்.

'பிறந்ததுமுதல், அவள் உங்களைக் கொன்றுகொண்டுதான் இருக்கிறாள், தினம்தினம், நீங்களும் செத்துக்கொண்டுதான் இருக்கிறீர்கள்! அது உங்களுக்குத் தெரியுமோ, தெரியாதோ?' என்றது பூனை!

இரண்டாவது அடிமை சொன்னதை, மூன்றாவது அடிமை ஒப்புக்கொண்டான், 'நீ சொல்வது உண்மைதான், இந்த விஷயம் தெரிந்ததும், அவள் நம்மைக் கொன்று, தெய்வங்களுக்குப் படையலிட்டுவிடுவாள்!'

'பலவீனமானவர்கள்தான் படையலாகிறார்கள்!', என்று கவிதைபோல் சொன்னது பூனை.

நான்காவது அடிமை, இந்த விவாதத்தைக் கண்டுகொள்ளாமல், தரையில் குனிந்து, ராணியின் கிரீடத்தை எடுத்து, மீண்டும் அவளது தலையில் பொருத்தினான்!

'ஐயோ கடவுளே, கீழே விழுந்த கிரீடத்தை, மீண்டும் எடுத்துத் தலையில் வைப்பது, எத்தனை பெரிய மூடத்தனம், அடிமைத்தனம்!', என்று தலையில் அடித்துக்கொண்டது பூனை!

அப்போது, ஒரு பெரிய கொட்டாவியுடன் ராணி எழுந்து கொண்டாள், 'எனக்கு ஒரு கெட்ட கனவு, பழைய ஓக் மரமொன்றின்மீது, நான்கு புழுக்கள், ஒரு தேளைத் துரத்துவதுபோல!', என்றாள் அவள், 'எனக்கு அந்தக் கனவு

கொஞ்சமும் பிடிக்கவில்லை!' என்று தொடர்ந்து சொன்னாள் அந்த ராணி.

இப்படிச் சொல்லிவிட்டு, அவள் மீண்டும் பழையபடி சுருண்டு படுத்துக்கொண்டாள், கண்களை இறுக மூடிக்கொண்டு, குறட்டை விட்டபடி தூங்கலானாள். அடிமைகள் நால்வரும், அவளுக்குத் தொடர்ந்து விசிறலானார்கள்.

மீண்டும் அந்தப் பூனை பேசியது, 'விசிறுங்கள், நன்றாக விசிறுங்கள், முட்டாள்களே, உங்களை எரிக்கும் ஒரு நெருப்பை, நீங்களே விசிறிப் பெரிதாக்குகிறீர்கள்! நன்றாக விசிறுங்கள்!'

30
சாபம்

வயதான ஒரு கிழவன், கடற்கரையில் வந்து நின்று, கடலைப் பார்த்துச் சொன்னான், 'முப்பது ஆண்டுகளுக்குமுன், என்னுடைய அன்பு மகள், ஒரு மாலுமியுடன் ஓடிவிட்டாள். இந்த உலகத்தில் நான் அதிகம் நேசித்தது என் மகளைதான். அவள் போய்விட்ட சோகத்தில், நான் தவித்துப் புலம்பினேன், அந்த வேதனை தாளாமல், அவர்கள் இருவருக்கும், கடுமையான சாபங்கள் கொடுத்தேன்!

அடுத்த சில மாதங்களுக்குள், என் மகளை அழைத்துச்சென்ற அந்த மாலுமியின் கப்பல், ஒரு பயங்கர விபத்தில் சிக்கியது, மூழ்கிய அந்தக் கப்பலில், ஒருவர்கூட உயிர் தப்பவில்லை. அதோடு, என் மகளையும் இழந்துவிட்டேன் நான்!

என் சாபம்தான் அவர்களை அழித்துவிட்டது. இதில் எனக்கு எந்தச் சந்தேகமும் இல்லை, ஒற்றைச் சாபத்தால், ஒரு பெண்ணையும், இளைஞனையும் கொலை செய்த பாவி நான்! கடவுள் என்னை மன்னிப்பாரா?'

இப்படிச் சொல்லிப் புலம்பிய அந்த மனிதனின் குரலில், சோகத்தோடு, ஒரு மெலிதான பெருமையும் கலந்திருந்தது - தன் சாபத்தின் வலிமையை எண்ணி, அவன் இன்னும் கர்வப்படுவதுபோல!

31

கடவுளைக் கண்டுபிடிப்பது எப்படி?

இரண்டு இளைஞர்கள் ஒரு பள்ளத்தாக்கில் நடந்து கொண்டிருந்தார்கள். அவர்களில் ஒருவன், தூரத்திலிருந்த மலையைச் சுட்டிக் காண்பித்து, 'அங்கே ஒரு ஆசிரமம் இருக்கிறது. அதில் ஒரு நல்ல துறவி இருக்கிறார்' என்றான், 'நெடுநாள்களுக்குமுன்பே, அவர் இந்த உலக விவகாரங்களைத் துறந்துவிட்டார், இப்போது, கடவுளைத் தேடிக் கண்டறிவதுதான் அவருடைய ஒரே நோக்கம்!'

இதைக் கேட்ட மற்றவன், மெல்லமாய்த் தலையாட்டினபடி, 'நல்ல விஷயம்தான், ஆனால், அந்த ஆசிரமத்திலோ, குகையிலோ ஒளிந்துகொண்டிருக்கும்வரை, அவரால் கடவுளைக் கண்டறியமுடியாது', என்றான், 'அவர் இந்தத் தனிமையை விட்டு, நம் உலகிற்குத் திரும்பவேண்டும், நம் சந்தோஷங்களையும், துக்கங்களையும் பகிர்ந்துகொள்ளவேண்டும், நம் விழாக்களில் கலந்துகொண்டு ஆடிக் களிக்கவேண்டும், மரணங்கள் நேரும் வீடுகளில், பிணத்தைச் சுற்றி அமர்ந்து அழுகிறவர்களோடு, அவரும் கலந்துகொண்டு அழவேண்டும். அப்போதுதான், அவர் தேடுகிற கடவுள் அவருக்குக் கிடைப்பார்.'

அவன் சொன்னதில், முதலாமவனுக்குச் சம்மதம்தான். என்றாலும், அவன் ஒரு விஷயத்தைமட்டும் சேர்த்துச் சொல்ல

விரும்பினான், 'நீ சொல்வதெல்லாம் சரிதான், ஆனால், அந்தச் சாமியார் ஒரு நல்ல மனிதர்', என்றான் அவன், 'அவரைப்போன்ற நல்லவர்கள், நம் உலகில் இல்லாமலிருப்பதுதான், பெரிய நன்மை!'

32

கடவுள்

பல நாள்களுக்குமுன், நான் பேசக் கற்றுக்கொண்டபோது, புனித மலையின்மேல் ஏறி, கடவுளிடம் உணர்ச்சிமயமாய்ப் பேசினேன், 'என் எஜமானே, நான் உங்கள் அடிமை, உங்கள் எண்ணம்தான் எனக்கு சட்டம், எப்போதும் நான் அதைப் பின்பற்றியிருப்பேன்!'

கடவுள் எனக்கு பதில் சொல்லவில்லை, ஒரு பெரும் புயலாக என்னைக் கடந்து சென்றார்.

அதன்பின், ஆயிரம் ஆண்டுகள் கழித்து, நான் மீண்டும் புனித மலையின்மீது ஏறினேன், கடவுளிடம் பேசினேன், 'என்னைப் படைத்த இறைவனே, நான் உங்களால் உருவாக்கப்பட்டவன், வெறும் களிமண்ணாக இருந்த என்னை, நீங்கள்தான் வடிவாக்கினீர்கள், ஆகவே, என்னுடையவை அனைத்தும், உங்களுக்கே சொந்தம்!'

அப்போதும், கடவுள் என்னிடம் பேசவில்லை. பல ஆயிரம் இறக்கைகள் ஒன்றாய்ப் படபடப்பதுபோல், அவர் என்னைக் கடந்து சென்றார்.

மிட்டாய்க் கதைகள்

இன்னும் ஆயிரம் ஆண்டுகள் கழிந்தன. நான் மறுபடி, புனித மலையின்மேல் சென்றேன், கடவுளிடம் உரக்கப் பேசினேன், 'தந்தையே, நான் உங்கள் மகன், உங்கள் அன்பால், நீங்கள் என்னைப் பிறக்கச்செய்தீர்கள், அன்பாலும், பக்தியாலும், நான் உங்கள் ராஜ்ஜியத்தை அடைவேன்!'

கடவுளிடம் எந்த பதிலும் இல்லை. தூரத்து மலைகளை மறைக்கும் பனிப் படலமாக, அவர் என்னை வருடிப்போனார்.

மேலும் ஆயிரம் ஆண்டுகள் கடந்தபின், நான் மீண்டும் புனித மலைக்குச் சென்றேன், கடவுளிடம் பேசினேன், 'என் இறைவா, என் நோக்கமும் நீயே, நிறைவும் நீயே! உன்னுடைய 'நேற்று'தான், நான், என்னுடைய 'நாளை', நீ! பூமியில், நான் உன்னுடைய வேர், வானத்தில், நீ என்னுடைய மலர்! நாம் இருவரும் சூரியனைப் பார்த்தபடி, ஒன்றாய் வளர்கிறோம்!'

இப்போது கடவுள் என்னைப் பார்க்கக் குனிந்தார். என் காதுகளில் இனிமையான வார்த்தைகளை உச்சரித்தார், ஒரு பெருங்கடல், தன்னிடம் சேரவரும் நீரோடையை அணைத்துக்கொள்வதுபோல், அன்போடு என்னைத் தழுவிக்கொண்டார் கடவுள்!

பின்னர், நான் புனித மலையிலிருந்து கீழிறங்கியபோது, அந்த மலையில்மட்டுமின்றி, அடிவாரத்திலும், மற்ற பகுதிகளிலும், பள்ளத்தாக்குகளிலும்கூட, கடவுள் இருப்பதைக் கண்டேன்!

33

நேசத் தொற்று

ஒரு மரக்கிளை, தன் அருகிலிருந்த இன்னொரு கிளையிடம் சொன்னது, 'இன்னிக்கு நாளே சரியில்லை, ரொம்ப போர் அடிக்குது!'

'ஆமாம்', பெரிதாகத் தலையசைத்து ஆமோதித்தது அந்த இன்னொரு கிளை, 'ஒரே வெறுமையா, சலிப்பா இருக்கு.'

இந்தக் கிளைகள் இப்படிப் பேசிக்கொண்டிருக்கையில், அங்கே பறந்துவந்து அமர்ந்தது ஒரு குருவி. சில நிமிடங்களுக்குள், இன்னொரு குருவியும் அங்கே வந்தது.

இறக்கைகளைப் படபடத்தபடி, 'என் ஜோடிக் குருவி, என்னைப் பிரிந்துபோய்விட்டது', என்றது முதல் குருவி.

'என் ஜோடியும்தான் என்னைவிட்டுப் போய்விட்டது, அதனால் என்ன?', என்று அலட்சியமாய்ச் சொன்னது இரண்டாம் குருவி.

உடனே, இந்த இரண்டு குருவிகளும் பயங்கரமாய்ச் சண்டையிடத் துவங்கின, ஒன்றையொன்று கடுமையாகத் திட்டிக்கொண்டு,

மிட்டாய்க் கதைகள்

கொத்திக்கொண்டு, அதீதமாய் சப்தமிட்டுக்கொண்டு, அவை சண்டையிட்டன.

அப்போது திடீரென்று, அங்கே இன்னும் இரண்டு குருவிகள் பறந்து வந்தன. சண்டைக் குருவிகளுக்குப் பக்கத்தில், அவை அமைதியாய் அமர்ந்தன.

அவற்றைப் பார்த்ததும், சண்டையிட்டுக்கொண்டிருந்த குருவிகளுக்குள் திடீர் சமாதானம் உதித்தது.

சில நிமிடங்களுக்குப்பின், அந்த நான்கு குருவிகளும், ஜோடிகளாய்ப் பறந்து சென்றன!

இதைப் பார்த்துக்கொண்டிருந்த முதல் கிளை, இரண்டாம் கிளையிடம் சொன்னது, 'அப்பப்பா, என்ன சத்தம், என்ன சத்தம்!'

'சண்டையைப் பார்க்காதே, சமாதானத்தைப் பார்', என்றது இரண்டாம் கிளை, 'இப்போது இந்தக் காடு எவ்வளவு அமைதியாய், காற்றோட்டமாய் இருக்கிறது!', என்று பரவசமாய்ச் சொன்ன அந்தக் கிளை, 'ஏய், கொஞ்சம் பக்கத்தில் வாயேன்' என்று மறு கிளையை ஆசையாய் அழைத்தது!

இரண்டாவது கிளை, காற்றில் மெல்லமாய் அசைந்தாடி, முதல் கிளையை அணைத்துக்கொண்டது!

34

அவரவர் மழை

ஒரு பூனை, நாயிடம் சொன்னது, 'நண்பா, நீ முழு மனதுடன் பிரார்த்தனை செய், தொடர்ந்து நீ இப்படிக் கடவுளைப் பிரார்த்தித்துக்கொண்டே இருந்தாயானால், ஒரு நாள் ஆண்டவன் உனக்கு அருளுவார், இதில் எந்த சந்தேகமும் இல்லை, கடவுளின் கருணைப் பார்வை உன்மேல் பட்டுவிட்டால் போதும், வானத்திலிருந்து எலிகளாய்ப் பொழியும், நீ விருப்பமுள்ள அளவுக்கு அள்ளித் தின்னலாம்!'

இதைக் கேட்ட நாய், விழுந்து விழுந்து சிரித்தது, 'ஏ முட்டாள் பூனையே, எனக்கு ஒன்றுமே தெரியாது என்று முடிவுகட்டிவிட்டாயா? என் வீட்டிலும் பெரியவர்கள் இருக்கிறார்கள், அவர்களும், என் முன்னோர்களும், எங்களுக்குச் சொல்லியிருக்கிறார்கள் - மனம் உருகிப் பிரார்த்தனை செய்தால், எலி மழை பொழியாது, எலும்பு மழைதான் பொழியும்! அதை நாம் ஆசை தீரக் கடித்து மகிழலாம்!'

35

நிழல்

புல் ஒன்று, தன்மேல் படர்ந்த நிழலைப் பார்த்து எரிச்சலுடன் சொன்னது, 'என்னாச்சு உனக்கு? ஏன் இப்படி அந்தப் பக்கமும் இந்தப் பக்கமுமாய் அலைந்துகொண்டே இருக்கிறாய்? உன்னால் எனக்கு ரொம்பத் தொந்தரவாய் இருக்கு.'

நிழல், அமைதியாய் பதில் சொன்னது, 'அசைவது நான் இல்லை, கொஞ்சம் நிமிர்ந்து பார், சூரியனுக்கும், பூமிக்கும் நடுவே ஒரு மரம் இருக்கிறது, அந்த மரம் காற்றில் அசைந்தாடுவதால்தான், வேறு வழியில்லாமல் நானும் அசையவேண்டியிருக்கிறது!'

இதைக் கேட்ட புல், சந்தேகமாய் நிமிர்ந்து பார்த்து, அங்கிருந்த மரத்தைக் கண்டது, 'அடடா, என்னைவிட மிகப் பெரிய புல் ஒன்று இங்கே இருக்கிறதே' என்று ஆச்சரியத்துடன் கூவியது.

அதன்பின், அந்தப் புல், அதிகம் பேசாமல் அமைதியாகிவிட்டது.

36
இரண்டு துறவிகள்

ஒரு பெரிய மலையின்மீது, இரண்டு துறவிகள் வசித்துவந்தார்கள். நாள்முழுதும் இறைவனைப் பிரார்த்திப்பதிலும், தியானத்திலும் கழித்த அந்தத் துறவிகள், ஒருவரையொருவர் அன்போடு நேசித்தனர்.

அந்தத் துறவிகளில் ஒருவர் வயதானவர், மற்றவர் இளைஞர். அவர்களிடம் ஒரு மண் சட்டி இருந்தது - அதுதான் அவர்களுடைய ஒரே சொத்து!

பின்னர் ஒரு நாள், வயதான துறவியின் உள்ளத்தில் சாத்தான் புகுந்துகொண்டான். அதனால் பாதிக்கப்பட்ட அவர், இளைய துறவியிடம் வந்து சொன்னார், 'நண்பா, நாம் ரொம்ப நாள்களாகச் சேர்ந்து வாழ்ந்துவிட்டோம், இப்போது நாம் பிரியவேண்டிய காலம் வந்துவிட்டது! ஆகவே, நாம் நம் சொத்துகளைப் பிரித்துக்கொள்வோம்!'

இதைக் கேட்ட இளைய துறவி, மிகவும் வருந்தினார், 'சகோதரரே, நீங்கள் என்னைவிட்டு விலகத் தீர்மானித்துவிட்டது எனக்கு ரொம்ப வேதனையாய் இருக்கிறது! இருந்தாலும், அதுதான்

மிட்டாய்க் கதைகள்

உங்கள் விருப்பம் என்றால், அதன்படி செய்யுங்கள்!'

இப்படிச் சொல்லிவிட்டு, அந்தத் துறவி உள்ளே சென்றார், அங்கிருந்த மண் சட்டியை எடுத்துக்கொண்டுவந்தார், 'நம்முடைய ஒரே சொத்து இந்தச் சட்டிதானே? இதை நாம் எப்படிப் பிரிக்கமுடியும்? ஆகவே, நீங்களே இதை வைத்துக்கொள்ளுங்கள்!'

வயதான துறவி இதை ஏற்றுக்கொள்ளவில்லை, 'நீ எனக்கு தானமாய்த் தருவதை நான் எப்படி ஏற்றுக்கொள்வேன்? எனக்கு உரியதைமட்டும்தானே நான் பெற்றுக்கொள்ளமுடியும்! நாம் இதைப் பிரித்தாகவேண்டும், வேறு வழியில்லை!'

'இந்த மண் சட்டியை உடைத்துப் பிரித்துவிட்டால், அது உங்களுக்கும் பயன்படாது, எனக்கும் பயன்படாது, ஆகவே, இதை நீங்களே வைத்துக்கொள்ளுங்கள்!'

'முடியாது!', பிடிவாதமாய்த் தலையாட்டினார் மூத்த துறவி, 'நீ சொல்வது சரியில்லை, எனக்கு நீதி வேண்டும், எனக்கு உரிமையானதுமட்டுமே வேண்டும்! நாம் இந்தச் சட்டியைப் பிரித்தே தீரவேண்டும்!'

அதற்குமேல் வாதிடமுடியாத இளம் துறவி, பெருமூச்சுடன் தோள்களைக் குலுக்கினார், 'உங்கள் விருப்பம் அதுவானால், நாம் இந்தச் சட்டியை உடைத்துப் பிரித்துக்கொள்ளலாம்!', என்றார் அமைதியாய்.

அவரது ஒப்புதலைக் கேட்டதும், மூத்த துறவியின் முகத்தில் இருள் படர்ந்தது, 'நான் எவ்வளவு பேசினாலும், நீ என்னோடு சண்டையிடமாட்டாயா? கோழை, கோழை!' என்று ஏமாற்றத்துடன் கத்தினார் அவர்.

37

ஒரு காதல் கவிதை

ஒரு கவிஞன், அருமையான காதல் கவிதை ஒன்றை எழுதினான். தன் படைப்பின் அழகில் மயங்கிய அவன், அதைப் பல பிரதிகள் எடுத்து, தன்னுடைய நண்பர்கள், உறவினர்களுக்கெல்லாம் அனுப்பிவைத்தான்!

இப்படி அவனது கவிதையை வாசிக்கப் பெற்றவர்களில் ஒருத்தி, நெடுந்தொலைவில் வசிக்கிற இளம்பெண் - முன்பு எப்போதோ ஒருமுறை, அவளைச் சந்தித்திருந்த கவிஞன், அந்த ஞாபகத்தில், தனது கவிதையை அவளுக்கும் அனுப்பியிருந்தான்.

கவிஞனின் அற்புதமான காதல் கவிதை, அந்தப் பெண்ணின் நெஞ்சைத் தொட்டது. உடனடியாக, அவனுக்கு ஒரு கடிதம் எழுதினாள் அவள் -

அன்பரே, நீங்கள் எனக்காக எழுதிய கவிதையைப் படித்ததும், என் மனம் உருகிவிட்டது. சீக்கிரமாக வந்து, என் பெற்றோரிடம் பேசுங்கள், நம் திருமணத்தை நிச்சயிக்கலாம்!'

இந்தக் கடிதத்துக்கு, கவிஞன் ஒரு பதில் கடிதம் எழுதினான் -

மிட்டாய்க் கதைகள்

'தோழி, நான் எழுதிய கவிதை உனக்கும், எனக்கும் மட்டும் சொந்தமானதில்லை. ஒரு கவிஞனின் இதயத்திலிருந்து வெளிப்படும் காதலின் பாடல் அது, இந்த உலகம் முழுமைக்கும் பொதுவான, ஒவ்வொரு ஆணும், ஒவ்வொரு பெண்ணுக்கும் எழுதும் நேசத்தின் கவிதை அது!'

இதற்கு, அந்தப் பெண் எழுதிய பதில் –

'வார்த்தைகளால் ஏமாற்றும் பொய்யனே, உன்னால், இனி சாகும்வரை, நான் எல்லாக் கவிஞர்களையும் வெறுப்பேன்!'

38

தேடல்

இரண்டு தத்துவ ஞானிகள், ஒரு மலைச்சரிவில் சந்தித்துக் கொண்டார்கள். ஒருவர் மற்றவரிடம் கேட்டார், 'நீங்கள் எங்கே போகிறீர்கள்?'

'நான் இளமையைத் தேடிச் செல்கிறேன்', என்றார் மற்றவர், 'இந்த மலைகளைத் தாண்டி, எங்கோ, இளமையின் ஊற்று இருப்பதாகப் படித்திருக்கிறேன். அதைக் கண்டுபிடிப்பதற்காக நான் போகிறேன்.'

இப்படிச் சொல்லிவிட்டு, அவர் முதலாமவரிடம் கேட்டார், 'நீங்கள் எதைத் தேடிச் செல்கிறீர்கள்?'

'நான் மரணத்தின் மர்மத்தைத் தேடிக்கொண்டிருக்கிறேன்'

இளமையைத் தேடிச் செல்லும் தத்துவக்காரருக்கு, இதைக் கேட்டதும் சிரிப்பு வந்துவிட்டது, 'யாராவது மரணத்தைத் தேடுவார்களா ?' என்று அவர் கிண்டல்செய்யத்துவங்கினார்.

மரணத்தைத் தேடுபவருக்கு, இந்தக் கிண்டல் பொறுக்கவில்லை,

‘நீதான் முட்டாள், இளமை பொங்கும் ஊற்று என்று ஏதேனும் இருக்கமுடியுமா? பைத்தியக்காரத்தனமாக அதைத் தேடிக்கொண்டிருக்கிறாயே!’ என்று அவர் கத்தினார்.

இப்படி இவர்கள் ஒருவரையொருவர் குற்றம் சாட்டி, சத்தமாய்க் கத்தி, சண்டையிட்டுக்கொண்டிருப்பதை, ஒரு கிராமத்தான் பார்த்தான், அவர்களின் ஆக்ரோஷமான தத்துவ வாதங்களை சில நிமிடங்களுக்குப் பொறுமையாய்க் கேட்டான் அவன்.

பின்னர், அவர்கள் அருகே சென்று, ‘நண்பர்களே, தயவுசெய்து சண்டையிடாதீர்கள்’, என்றான் அவன், ‘நீங்கள் இருவரும் ஒரே விஷயத்தைதான், வெவ்வேறு வார்த்தைகளில் பேசிக்கொண்டிருக்கிறீர்கள். நமக்குள்ளே இளமையும், மரணமும் ஒன்றாய் இருக்கின்றன, அப்படியானால், இவை இரண்டைத் தேடுவதும் ஒன்றுதானே!’

சிரித்தபடி இதைச் சொல்லிவிட்டு அந்த கிராமத்தான் தன்வழியே சென்றான்.

தத்துவ ஞானிகள் இருவரும், ஒருவரையொருவர் மௌனமாய்ப் பார்த்துக்கொண்டார்கள். பின்னர், அவர்களும் சிரித்தார்கள்.

ஒருவர், மற்றவரிடம் சொன்னார், ‘சரி நண்பரே, இனிமேல், இளமையையும், மரணத்தையும், நாம் இருவரும் சேர்ந்தே தேடுவோம்!’

39
மனசாட்சி

அரசவையிலிருந்து தன்னுடைய தனியறைக்குத் திரும்பிய அரசன், தலையிலிருந்த கிரீடத்தைக் கழற்றி, மேஜைமேல் வைத்துவிட்டு, அரச உடையையும் களைந்தான். அந்த அறையின் மையத்தில் நெஞ்சு நிமிர்த்தி நின்றபடி, எல்லா அதிகாரங்களும் கொண்ட தனது அரச பதவியை எண்ணிப் பெருமைப்பட்டான்.

அப்போது, யதேச்சையாய் அங்கிருந்த கண்ணாடியைப் பார்த்த அரசன், அதிலிருந்து ஒரு நிர்வாண மனிதன் வெளிப்படுவதைப் பார்த்து, திகைத்துப்போனான், 'ஏய், யார் நீ ? எப்படி என் அறைக்குள் வந்தாய்?', என்று அலறினான்.

அரசனின் அம்மா அவனுக்குப் பரிசாய்க் கொடுத்த அந்த வெள்ளிக் கண்ணாடியிலிருந்து வெளிப்பட்ட அந்த நிர்வாண மனிதன், அரசனின் கேள்விகளை ஒரு பொருட்டாக மதிக்கவில்லை, 'உனக்கு ஏன் அரசனாகப் பட்டம் சூட்டினார்கள்?', என்று கேட்டான்.

'இந்த நாட்டிலேயே மிகச் சிறந்தவன் நான்தான்!' என்று பெருமிதமாய்ச் சொன்னான் அரசன், 'அதனால்தான் எனக்கு அரச பதவி கிடைத்திருக்கிறது!'

நிர்வாண மனிதன் சிரித்தான், 'நீ சிறந்தவனாக இருந்தால், அரசனாக இருக்கமுடியாது!'

அரசனுக்குள் ஏதோ மளுக்கென்று உடைந்தது. சட்டென்று அந்த ஏமாற்றத்தைச் சரிசெய்துகொண்டு, 'இந்த தேசத்திலேயே அதிக பலசாலி நான்தான், அதனால்தான் என்னை அரசனாக முடிசூட்டியிருக்கிறார்கள்!', என்றான்.

'நீ பலசாலியாக இருந்தால், அரசனாக இருக்கமுடியாது!', என்றான் அந்த நிர்வாண மனிதன்.

அப்போதும் அரசன் சளைக்கவில்லை, 'இந்த நாட்டிலேயே ரொம்ப புத்திசாலி நான்தான், அதற்காகதான் என்னை அரசனாக்கியிருக்கிறார்கள்!' என்றான் அவன்.

'நீ புத்திசாலியாக இருந்தால், அரசனாக ஒப்புக்கொண்டிருக்க மாட்டாய்!' என்று அந்த நிர்வாண மனிதன் சொன்னான்.

இதைக் கேட்டதும், அரசன் ரொம்பவும் பலவீனமாய் உணர்ந்தான், தடாலென்று தரையில் விழுந்து, தேம்பித் தேம்பி அழத்துவங்கிவிட்டான்!

அரசன் அழுவதையே உன்னித்துப் பார்த்துக்கொண்டிருந்த அந்த நிர்வாண மனிதன், மேஜைமீதிருந்த கிரீடத்தை எடுத்து, மெல்லமாய் அரசனின் தலைமேல் வைத்தான். பின்னர், வந்த வழியே கண்ணாடிக்குத் திரும்பிவிட்டான்.

இப்போது, அரசன் எழுந்து நின்று பார்த்தபோது, கண்ணாடியில் தெரிந்தது, அவனுடைய உருவமேதான்!

40
கவிஞர்கள்

நான்கு கவிஞர்கள், ஒரு மேஜையைச் சுற்றி அமர்ந்திருந்தார்கள். அந்த மேஜையின்மேல், ஒரு குவளையில் ஒயின் வைக்கப்பட்டிருந்தது.

அந்தக் குவளையைப் பார்த்த முதல் கவிஞன் சொன்னான், 'நண்பர்களே, நான் என்னுடைய அகக்கண்ணால் இந்த ஒயினைப் பார்க்கிறேன், அதன் மணம், ஒரு கானகத்தில் சுற்றித் திரிகிற பறவைக் கூட்டத்தைப்போல, காற்று வெளியெங்கும் பரவி நிற்கிறது!'

அவன் அமர்ந்ததும், இரண்டாவது கவிஞன் எழுந்துகொண்டான், 'என்னுடைய அகக் காது, அந்தப் பறவைகள் சப்தமிடுவதைக் கேட்கிறது, ஒரு வெள்ளை ரோஜா, தனது இதழ்களால், வண்டைச் சிறைபடுத்துவதுபோல, அந்த கீதம் என் இதயத்தைச் சுண்டியிழுக்கிறது!'

மூன்றாவது கவிஞன் தன் கண்களை மூடிக்கொண்டவாறு, இரு கைகளையும் மேல்நோக்கி உயர்த்தினான், 'நான் அந்தப்

மிட்டாய்க் கதைகள்

பறவைகளைத் தொடுகிறேன்!', என்றான், 'இதோ, அவற்றின் சிறகுகள்! தூங்கும் தேவதை ஒருத்தி, அழகாக மூச்சுவிடுவதுபோல, அந்தச் சிறகுகள், படபடவென்று அடித்துக்கொள்கின்றன, என் கைகளை வருடுகின்றன!'

இதையெல்லாம் கேட்டுக்கொண்டிருந்த நான்காம் கவிஞன், சட்டென்று எழுந்தான், அங்கிருந்த ஒயின் குவளையைக் கையில் ஏந்திக்கொண்டான், 'ஐயோ, நண்பர்களே, நான் இப்படி முட்டாளாய் இருக்கிறேனே, உங்களைப்போல, எனக்கு அகக் கண் இல்லை, அகக் காது இல்லை, அகத் தொடுதல் உணர்ச்சியும் இல்லை, என்னால் இந்த ஒயினின் மணத்தைப் பார்க்கமுடியவில்லை, அதன் பாட்டைக் கேட்கமுடியவில்லை, அது தன் இறக்கைகளை அடித்துக்கொள்வதுகூட, எனக்குத் தெரியவில்லை, பாவம், எனக்குத் தெரிவதெல்லாம் இந்த ஒயின்மட்டும்தான், ஆகவே, நான் அதைக் குடித்து, என் அக சக்திகளைக் கூர்மையாக்கிக்கொள்கிறேன்!'

- இப்படிச் சொல்லிவிட்டு, அவன் மளமளவென்று அந்த ஒயின் முழுதையும், ஒரு சொட்டுகூட மிச்சம் வைக்காமல் குடித்துவிட்டான்.

மற்ற மூன்று கவிஞர்களும், வாய் பிளந்தபடி, அவனையே பார்த்துக்கொண்டிருந்தார்கள், தாகமும், கவித்துவமற்ற வெறுப்பும், அவர்களின் கண்களில் படர்ந்திருந்தது.

41

தவளைகள்

ஒரு வெயில் நாளில், இரண்டு தவளைகள் ஏரிக்கரையில் பேசிக்கொண்டிருந்தன.

முதல் தவளை சொன்னது, 'நாம ராத்திரிமுழுக்க விடாம பாடறதால, இந்த வீடுகள்ல இருக்கிறவங்க எல்லாருக்கும் தூக்கம் கெட்டுப்போகுது!'

இதைக் கேட்டதும், முதல் தவளையின் ஜோடியான இரண்டாவது தவளை, 'அதனால என்ன?' என்று அலட்சியமாய்ச் சொன்னது, 'பகல் முழுசும் அவங்க வளவளன்னு பேசறதைக் கேட்கும்போது, நமக்கும்தான் கஷ்டம்!'

'ஆனாலும், நாம ரொம்ப சத்தம்போடறோம்!' என்றது முதல் தவளை.

'அவங்களும்தான், பகல் முழுக்க கத்திக்கிட்டிருக்காங்க' நறுக்கென்று பதிலடி கொடுத்தது இரண்டாம் தவளை, 'அந்த அரசியல்வாதியைப் பாரு, வாயைத் திறந்தாலே, நாராசமான சத்தம்!'

அதன்பின், கொஞ்சம் யோசித்துவிட்டு, முதல் தவளை சொன்னது, 'அவங்கதான் சத்தம்போடறாங்கன்னா, நாமளும் அதையே செய்யணுமா? இந்த ஒரு விஷயத்திலயாவது, நாம, மனுஷங்களைவிட உசத்தியா இருப்போமே!'

'என்ன சொல்றே நீ?'

'இன்னும் கொஞ்சநாளைக்கு, நாம ராத்திரியில பாட்டுப் பாடவேண்டாம், இந்த மனுஷங்க, எந்தத் தொந்தரவும் இல்லாம, அமைதியாத் தூங்கட்டும்.'

'அதெப்படி முடியும்? இந்த நிலாவும், நட்சத்திரங்களும், நம்மைப் பாடத் தூண்டுமே!'

'பரவாயில்லை, நம்ம பாட்டுகளையெல்லாம், நாம மனசுக்குள்ளயே பாடிக்குவோம்', என்றது முதல் தவளை, 'இப்படி ஒரு நாள், ரெண்டு நாள், முடிஞ்சா மூணு நாள் அமைதியா இருந்துதான் பார்ப்போமே!'

இரண்டாவது தவளை கொஞ்சம் யோசித்துவிட்டு, இந்த முயற்சிக்கு ஒப்புக்கொண்டது.

ஆகவே, அன்றைய இரவை, அந்தத் தவளைகள் மௌனமாய்க் கழித்தன. அடுத்த நாளும் அமைதியே, மூன்றாவது நாளும் அப்படியே!

நான்காம் நாள் காலை, அந்த ஏரியின் கரையருகே இருந்த ஒரு வீட்டில் பேச்சுச் சப்தம். தவளைகள் கூர்ந்து கவனித்தபோது, அங்கிருக்கும் ஒரு பெண், தன் கணவனிடம் கத்திக்கொண்டிருப்பது கேட்டது, 'மூணு நாளா என்னால தூங்கவே முடியலை.'

'ஏன்? என்னாச்சு?'

'என்னவோ தெரியலை. இந்தத் தவளைங்களோட கொரகொர சத்தம் கேட்டுக்கிட்டிருந்தபோது, ஏதோ ஒரு பாதுகாப்பு உணர்வுல, நிம்மதியாத் தூங்கினேன். இப்போ மூணு

நாளா எந்தச் சத்தமும் இல்லை. எனக்குப் பைத்தியமே பிடிச்சிடும்போலிருக்கு. என்ன ஆச்சு-ன்னு கொஞ்சம் போய்ப் பார்த்துட்டு வாங்களேன்!'

இதைக் கேட்ட தவளை, தன் இணையிடம் திரும்பி, 'அந்தப் பொண்ணு சொல்றது சரிதான், மூணு நாளா, இந்த வழக்கமில்லாத அமைதியால, நமக்கும் பைத்தியம் பிடிக்கிறமாதிரி நிலைமைதான், இல்லையா?' என்றது.

'ஆமாம். இந்த ராத்திரியோட அசாத்திய மௌனம், ரொம்ப கனமா நம்மேல இறங்கிடுச்சு' என்றது இரண்டாம் தவளை, தொடர்ந்து, தூரத்திலிருந்த வீட்டை வெறித்துப் பார்த்தபடி, 'இப்போ, நாம அமைதியா இருக்கவேண்டிய அவசியமில்லை. இந்த மனுஷங்களோட வெறுமைகளைதான், நம்ம சப்தம் நிரப்பி, முழுமையாக்குது-ன்னு எனக்குப் புரிஞ்சுபோச்சு!' என்றது.

அன்று இரவு, தவளைகளின் பாடலைக் கேட்கவந்த நிலாவும், நட்சத்திரங்களும் ஏமாந்துபோகவில்லை!

42

தூக்கத்தில் நடக்கிறவர்கள்

நான் பிறந்த ஊரில், ஒரு பெண்மணியும், அவளது ஒரே மகளும் வாழ்ந்துவந்தார்கள். இருவருக்குமே, தூக்கத்தில் நடக்கிற வியாதி இருந்தது.

ஒரு நாள் இரவு. உலகம் அமைதியாய் உறங்கிக்கொண்டிருந்தது. அம்மாவும், மகளும், எப்போதும்போல் தூக்கத்தில் நடக்கலானார்கள்.

சில நிமிடங்களுக்குப்பின், அவர்கள் ஒரு பனி படர்ந்த தோட்டத்தில் சந்தித்துக்கொண்டார்கள்.

அப்போது, அம்மா, தன் மகளைப் பார்த்துச் சொன்னாள், 'கடைசியாய் நான் என் எதிரியைக் கண்டுபிடித்துவிட்டேன்', அவள் முகத்தில் வெறுப்பு படர்ந்திருந்தது, 'என் இளமையைச் சீரழித்தவள் நீதானே? என் வாழ்க்கையின் சிதைந்த மிச்சங்களில்தானே நீ உன் வாழ்க்கையை அமைத்துக்கொண்டிருக்கிறாய்? பாவி, உன்னை நான் கொல்லப்போகிறேன்!'

இதைக் கேட்ட மகள், அம்மாவைப் பார்த்துச் சீறினாள், 'சுயநலம் பிடித்த கிழவியே, எனக்கும், என் சுதந்திரத்துக்கும் இடையே தடையாக நிற்கும் உன்னை நான் வெறுக்கிறேன்! உன்னுடைய மங்கலான வாழ்க்கையின் பிரதிபலிப்பாகதான் என்னுடைய வாழ்க்கையும் இருக்கவேண்டும் என்று வற்புறுத்துகிறாய், நீ செத்துப்போனால்தான் எனக்கு நிம்மதி!'

இப்படி அவர்கள் ஒருவரையொருவர் வன்மத்தோடு திட்டிப் பேசிக்கொண்டிருக்கையில், ஒரு காக்கா கத்தியது. சட்டென்று இருவரும் தூக்கத்திலிருந்து விழித்தார்கள், 'என் கண்ணே', என்று அம்மா மகளை அன்போடு அழைக்க, இருவரும் ஒருவரையொருவர் தழுவிக்கொண்டார்கள்!

43
பாலத்தைக் கட்டியது யார்?

அந்த நதியின்மேல் ஒரு பாலம் கட்டவேண்டும் என்பது அரசனுடைய நெடுநாள் ஆசை. ஆகவே, மலைமேலிருந்து பல பெரிய கற்களைக் கீழே கொண்டுவரச்செய்து, அழகான பாலமொன்றைக் கட்டிமுடித்தான் அவன்.

நகரின் இரண்டு பகுதிகளை இணைக்கும்படி கம்பீரமாய் எழுந்துநின்ற அந்தப் பாலத்தின் அருகே, ஒரு பெரிய தூண் நிறுவப்பட்டது. அதில், 'இந்தப் பாலம் அரசனால் கட்டப்பட்டது' என்று பொறித்திருந்தது.

பின்னர் ஒருநாள், ஒரு இளைஞன், அந்தத் தூணின்மேல் ஏறி, அங்கிருந்த எழுத்துகளின்மேல் கரி பூசி மறைத்துவிட்டான். பின்னர் அவன் அங்கே இப்படி எழுதிவைத்தான் - 'இந்தப் பாலத்துக்கான கற்களை, பல கழுதைகள் மலைமேலிருந்து சுமந்துவந்தன. ஆகவே, இதன்மேல் நடக்கிறவர்களெல்லாம், அந்தக் கழுதைகளின் முதுகில் நடப்பதாகத்தான் அர்த்தம். உண்மையில், அந்தக் கழுதைகள்தான் இந்தப் பாலத்தைக் கட்டியவை!'

அந்த இளைஞன் எழுதிய வாசகங்களைப் படித்த சிலர், ஆச்சரியப்பட்டார்கள். ஆனால், பெரும்பான்மையான மக்கள், அதைப் பெரிய வேடிக்கையாய் எண்ணி, குலுங்கிக் குலுங்கிச் சிரித்தார்கள், 'ஏ பைத்தியக்காரா!' என்று அவனைக் கேலி செய்தார்கள்.

அப்போது அங்கிருந்த ஒரு கழுதை, இன்னொரு கழுதையிடம் சொன்னது, 'அவன் எழுதியதில் என்ன தப்பு? உண்மையில், அரசன்தான் அந்தப் பாலத்தைக் கட்டினான் என்று நினைத்துக்கொண்டிருக்கிறார்களே. இந்த மக்கள்தான் பைத்தியக்காரர்கள்!'

44

கடவுள்கள்

அந்தக் கோயிலின் வாசலில், ஒரு சாமியார் நின்று கொண்டிருந்தார். பல கடவுள்களைப்பற்றி அவர் பேசினார்.

நகரத்து மக்கள் அவருடைய பேச்சை ஆர்வத்தோடு கேட்டார்கள். அவர் சொல்லும் கடவுள்களை அவர்கள் முன்பே அறிந்திருந்தார்கள். இந்தக் கடவுளர்கள், எப்போதும் தங்களோடு வாழ்வதாகவும், தாங்கள் செல்லுமிடமெல்லாம் உடன்வருவதாகவும் அவர்கள் நம்பினார்கள்.

அடுத்த சில வாரங்களில், அதே நகரின் சந்தைத் தெருவில், இன்னொரு மனிதன் தோன்றினான். அவன், 'கடவுள் என்று ஒருவர் இல்லவே இல்லை!' என்று கடுமையாய் வாதிட்டான்.

இதைக் கேட்டுக்கொண்டிருந்தவர்களில் சிலருக்கு ரொம்ப சந்தோஷம். ஏனெனில், அவர்களுக்குக் கடவுளை நினைத்து பயம் இருந்தது. தாங்கள் செய்த, செய்யும் தவறுகளுக்காக, கடவுள் தங்களைத் தண்டித்துவிடுவாரோ என்று பயந்துகொண்டிருந்தவர்கள் அவர்கள், இப்போது, 'கடவுள்

'இல்லை' என்றதும் நிம்மதிப் பெருமூச்சு விட்டார்கள்.

இன்னும் சில நாள்கள் கழிந்தன. இப்போது, இன்னொரு புதிய மனிதன் அந்த ஊருக்கு வந்தான், 'கடவுள் ஒருவர்தான், பல கடவுள்கள் இல்லை, ஒரே ஒரு கடவுள்தான் உண்டு!' என்று பிரச்சாரம் செய்தான் அவன்.

இந்தப் பேச்சைக் கேட்டவர்களுக்கு, ஏமாற்றமும், பயமும்தான். ஏனெனில், பல கடவுள்கள் இருக்கும்போது, அவர்களில் ஒருவராவது தங்கள் பாவங்களை மன்னிக்கும் வாய்ப்பு உண்டு. இப்போது, ஒரே ஒரு கடவுள் என்றாகிவிட்டால், அவர் கோபமானவரா, சாந்தமானவரா, நாம் செய்யும் தவறுகளை எப்படிப் பார்ப்பாரோ என்றெல்லாம் எண்ணி அவர்கள் கவலைப்பட்டார்கள்.

சில மாதங்களுக்குப்பின், அந்த நகரில் இன்னொரு மனிதன் தோன்றி, 'மொத்தம் மூன்று கடவுள்கள் உண்டு' என்றான், 'அந்த மூன்று கடவுளர்களும் ஒன்றாக இணைந்து, காற்றில் உலவுகிறார்கள், இந்த உலகைக் காக்கிறார்கள்', என்றும் சொன்னான் அவன், 'அந்தக் கடவுளர்கள் மூவருக்கும், ஒரு தாய் உண்டு. அவள் கருணை வடிவானவள்!'

இப்போது, ஊரிலிருந்த எல்லோரும் திருப்தியாய் உணர்ந்தார்கள். மூன்று கடவுள்கள் என்பதால், நாம் செய்வது பாவமா, புண்ணியமா என்பதில் அவர்கள் ஓர் உறுதியான முடிவுக்கு வருவது சாத்தியமில்லை. தவிர, கருணைவடிவான அவர்களின் தாய், நமக்காக அவர்களிடம் சிபாரிசு செய்து, நம்மைக் காப்பாற்றிவிடுவாள்!

அதன்பின், இன்றுவரை, அந்த நகரத்து மக்கள் மாறிமாறி விவாதித்துக்கொண்டிருக்கிறார்கள் - பலரா, ஒரே ஒருவரா, ஒன்றுமில்லையா, அல்லது மூன்று பேரா - மொத்தம் எத்தனை கடவுள்கள் உண்டு என்பதில், அவர்கள் இன்னும் ஒரு முடிவுக்கு வரவில்லை!

தெளிவான எழுத்தும் ஆழமான ஆய்வும் நிறைந்த நூல்களுக்காகத் தமிழ் வாசகர்களிடையில் நன்கு அறியப்பட்டுள்ள என். சொக்கன் புனைவு, வாழ்க்கை வரலாறு, நிறுவன வரலாறு, தன்னம்பிக்கை, சிறுவர் இலக்கியம் உள்ளிட்ட துறைகளில் இதுவரை எழுபதுக்கும் மேற்பட்ட நூல்கள், நூற்றுக்கணக்கான கதைகள், கட்டுரைகளை எழுதியுள்ளார். விரிவான ஆய்வுகள், சான்றுகளின் அடிப்படையிலான ஆழமான வரலாற்று நூல்களைத் தமிழில் எழுத இயலும், அவற்றைப் பெரும்பான்மை வாசகர்களுக்குக் கொண்டுசேர்க்கவும் இயலும் என்பதைப் பலமுறை நிரூபித்த எழுத்து வகை இவருடையது.

தமிழ், ஆங்கிலம் ஆகிய இரு மொழிகளிலும் எழுதும் சொக்கனுடைய நூல்கள் ஹிந்தி, கன்னடம், மலையாளம் உள்ளிட்ட பல மொழிகளில் மொழிபெயர்ப்பாகியுள்ளன.